ஊனமுற்றோருக்கான கையேடு

ஊனமுற்றோருக்கான கையேடு

டாக்டர் சு. முத்து செல்லக் குமார்

நலம்

ஊனமுற்றோருக்கான கையேடு
Oonamutrorukkaana Kaiyedu
Dr. S. Muthu Chella Kumar ©

First Edition: June 2008
104 Pages

ISBN: 978-81-8368-811-6
Title No. Nalam 054

Nalam
177/103, First Floor,
Ambal's Building, Lloyds Road,
Royapettah, Chennai 600 014.
Ph: +91-44-4200-9601

Email : support@nhm.in
Website : www.nhm.in

Author's Email : rukkumar@yahoo.com

Website : www.rmic.in

Nalam is an imprint of New Horizon Media Private Limited

உள்ளே

முன்னுரை

ஊனமுற்றவர்கள். இவர்களில்தான் எத்தனை எத்தனை பிரிவினர்.

மனநிலை பாதிக்கப்பட்டவர்களை, ஊனமுற்றவர்கள் என்றாலும், உடல் ஊனமுற்றவர்கள் பட்டியலில் இருந்து நீக்கிவிடலாம். ஏனெனில், இவர்களுடைய நிலை வேறு. இதுதவிர, உடலால் நன்றாக இருந்து, மனத்தால் எப்போதும் மற்றவர்களுக்குத் தீங்கு இழைப்பவர்களையும் 'மனநிலை பாதிக்கப்பட்டவர்கள்' என்றே சொல்லலாம். இப்படிப் பட்டவர்களையும் இந்தப் பட்டியலில் இருந்து நீக்கிவிட லாம். இவர்களுக்கு எந்த நிலையிலும், யாராலும் எந்த உதவியும் செய்ய முடியாது.

உடல் பாகங்களில் ஊனம் ஏற்பட்டவர்கள் (போலியாவால் பாதிக்கப்பட்டவர்கள், விபத்துகளில் கை, கால்களை இழந்த வர்கள்...), கண் பார்வை இல்லாதவர்கள், பேசவும் கேட்க வும் முடியாதவர்கள், மனவளர்ச்சி முழுமை அடையாதவர் கள் என ஊனமுற்றவர்களைப் பல வகைகளாகப் பிரிக்கலாம்.

உடல் நன்றாக இருப்பவர்களாலேயே இன்றைய அவசரகதி யான உலகில் தங்களுடைய வேலைகளை ஒழுங்காகச் செய்துகொள்ள முடியவில்லை. அவர்களோடு ஒப்பிடும் போது, உடல் ஊனமுற்றவர்களின் நிலையைப் பற்றிச் சொல்லத் தேவையில்லை. எந்த வகையிலாவது

அவர்களுக்கு, கூடுதல் கவனத்தோடு மற்றவர்களின் உதவி தேவைப்படுகிறது.

மற்றவர்கள் செய்யும் உதவி ஒருபக்கம் இருந்தாலும், அரசாங்கங்களும் அவர்களுக்குப் பலவகையான உதவி களைச் செய்து வருகின்றன. அத்தகைய உதவிகளுக்கான வசதி வாய்ப்புகள் என்னென்ன இருக்கின்றன என்ற விவரங் களைத் தொகுத்து ஒரு புத்தகமாகக் கொடுத்தால், அது ஊனமுற்றவர்களுக்குச் செய்யும் ஓர் உதவியாகவும், சேவை யாகவும் இருக்கும் என்று நினைத்தேன். அந்த நினைப்பின் முடிவுதான் இந்தப் புத்தகம். 'உடல் ஊனமுற்றவர்களுக்கான கையேடு' என்ற இந்தப் புத்தகம், உடல் ஊனமுற்றவர் களுக்கு நிச்சயம் உபயோகமாக இருக்கும் என நினைக் கிறேன்.

அன்புடன்,

டாக்டர் எம். முத்து செல்லக் குமார்

ருக்மணி மருத்துவத் தகவல் மையம்,
எண் : 111, எஸ்.வி.எஸ். நகர்,
வளசரவாக்கம், சென்னை - 92.
தொலைபேசி : 044-42014452. செல் : 9952041426

1

தேவை விழிப்புணர்வு

*ரா*மகிருஷ்ணனுக்கு வயது 50. அரை செஞ்சுரி அடித்துவிட்டாலும் மனிதர் இன்றைக்கும் இளைஞர்தான். கடிகாரத்தில் மணி எட்டடிக்கும் போது 'டாண்' என தனது நிறுவனத்துக்குள் நுழைவார்.

நிறுவனத்தின் உள்ளே, இரு பக்கங்களிலும் உள்ள அலமாரிகளைப் பெருமையாகப் பார்த்துக்கொண்டே தனது அறை நோக்கிச் செல்வார். அந்த அலமாரிகளில் ஏகப்பட்ட கேடயங்களும், ஷீல்டுகளும் நிரம்பி வழிகின்றன. அனைத்துமே 'சிறந்த தொழில் முனைவோர்' என்று அவரைப் பாராட்டிக் கொடுக்கப்பட்ட விருதுகள்.

தனது அறையில் உள்ள பிரம்மாண்டமான போர்டில் அன்றைய தினத்தின் வேலை களை முந்தின நாளே குறித்து வைத்திருப் பார். அந்தக் குறிப்பை ஒரு பார்வை பார்த்துவிட்டு பரபரவென்று வேலைகளை ஆரம்பித்து விடுவார். ஒன்பது மணிக்குள்

அவரது நிறுவன ஊழியர்கள் அனைவரும் வந்துவிடு வார்கள்.

அடுத்த பத்து மணி நேரத்துக்கு ராமகிருஷ்ணனைக் கையில் பிடிக்க முடியாது. ஊழியர்களுக்கு வேலைகளைப் பிரித்துத் தருவது, புதிய ஆர்டர்களுக்காக மார்கெட்டிங் ஆட்களைத் தயார்படுத்துவது, புதிதாக டிசைன்களை உருவாக்குவது என எல்லா வேலைகளையும் முடித்துவிட்டு வீட்டுக்குத் திரும்பும்போது இரவு எட்டு அல்லது ஒன்பது மணி ஆகியிருக்கும்.

குளித்து முடித்து வந்ததும் மனைவி, குழந்தைகளோடு உட்கார்ந்து சாப்பிடுவார். பிறகு, ஜாலியாக அனைவருடனும் அரட்டை. பத்து மணிக்குப் படுக்கை.

நல்ல மனைவி, குழந்தைகள், சொந்த நிறுவனம், வசதியான வாழ்க்கை என எல்லாம் அமைந்த ராமகிருஷ்ணனுக்கு ஒரே ஒரு குறைதான். அவரது இரண்டு கால்களும் போலியோ வால் பாதிக்கப்பட்டிருக்கின்றன. அதைப் பற்றிக் கேட்டால், 'குறையொன்றுமில்லை மறைமூர்த்தி கண்ணா...' என்றுதான் ஜாலியாகப் பாடுவார் அவர்.

பத்திரிகை நிருபர் ஒருவர் அவரிடம், 'உடல் ஊனமாகப் பிறந்தது குறித்து நீங்கள் கொஞ்சம் கூட வருத்தப்படுவதே இல்லையா?' என்று கேட்டபோது அவர் என்ன பதில் சொன்னார் தெரியுமா?

'நான் ஏன் வருத்தப்படவேண்டும்? மற்றவர்களுக்கும் எனக்கும் எந்த வித்தியாசமும் இல்லையே. எல்லோரையும் போல் குடும்பம், தொழில், வீடு, மக்கள் என நான் நிறைவாகத்தானே வாழ்கிறேன்' என்று புன்னகையோடு பதில் சொன்னார் ராமகிருஷ்ணன்.

உலகில் உள்ள அனைத்து ஊனமுற்றோர்களுக்கும் ராமகிருஷ்ணனுக்கு அமைந்தது போன்ற வாழ்க்கை அமைவது கடினம். அவருடைய வாழ்க்கையை உதாரணமாகக் காட்டுவ தால் வசதியான வாழ்க்கையைக் குறிப்பிடுவதாக அர்த்தப் படுத்திக்கொள்ளக் கூடாது. உடல் ஊனமில்லாத மற்றவர்கள் தங்களின் சமூக, பொருளாதார அடிப்படையில் எத்தகைய வாழ்க்கை வாழ்கிறார்களோ அதே வாழ்க்கை

ஊனமுற்றவர்களுக்கும் கிடைக்க வேண்டும். இதுதான் ஊனமுற்றவர்களின் கனவு.

தடைகள் இரண்டு

ஆனால், இந்தக் கனவு நிறைவேறாமல் போவதற்கு இரண்டு தடைகள் காரணமாக இருக்கின்றன. ஒன்று ஊனமுற்றவர் களுக்குள் இருக்கும் மனத்தடை. மற்றொன்று சமூக அளவில் மற்றவர்களால் போடப்படும் தடை.

மனத்தடை என்பது அவர்களின் இயலாமையால் இருந்து உருவாகிறது. தங்களால் மற்றவர்களைப்போல் செயல்பட முடியவில்லை; மற்றவர்கள்போல் எல்லாக் காரியங்களிலும் ஈடுபட முடியவில்லை; அடுத்தவர்களைப்போல் வாழமுடிய வில்லை; தங்களின் தேவைகளைத் தாங்களே நிறைவேற்றிக் கொள்ள முடியவில்லை போன்ற பல விஷயங்கள் அவர் களுக்குள் தாழ்வு மனப்பான்மையை உருவாக்கிவிடுகின்றன.

அந்தத் தாழ்வு மனப்பான்மையால் மற்றவர்களிடம் இயல் பாகப் பழக முடியாமல் ஒதுங்கிவிடுகிறார்கள்; தங்களுக் கென்று ஓர் உலகத்தை உருவாக்கிக் கொள்கிறார்கள்.

சமூகமும் அவர்களை அலட்சியப்படுத்துகிறது. உடல் ஊனமுற்றவர்கள் அடுத்தவரைச் சார்ந்திருப்பவர்கள்; அவர் களால் எந்த வேலையையும் செய்யமுடியாது; அவர்கள் தங்களுக்கு கீழ் நிலையில் இருப்பவர்கள் என்கிற பார்வை சமூகத்தில் பரவலாக இருக்கிறது. இந்தத் தவறான பார்வை யின் காரணமாகவும் இயல்பாக தங்களுக்குரிய வாழ்க்கையை வாழமுடியாமல் ஊனமுற்றவர்கள் பாதிக்கப்படுகிறார்கள். படிப்பு, வேலை என வாழ்க்கையின் அத்தியாவசியமான அம்சங்கள் அனைத்திலும் இதே கதைதான்.

உடலில் ஊனம் உள்ளவர்களுக்கே இந்தக் கதி எனில் மனத்தளவில் ஊனமுள்ளவர்களில் நிலையைச் சொல்லவே வேண்டியதில்லை.

யாருக்குப் பொறுப்பு?

இந்த நிலையில், ஊனமுற்றவர்களின் வாழ்க்கையை மற்றவர்களுடையது போல் இயல்பாக ஆக்க வேண்டிய

பொறுப்பு அரசாங்கத்துக்குத்தான் அதிகமாக இருக்கிறது. சமூகத்துக்கும் இதில் மிகப் பெரிய பங்குண்டு.

தரையில் இருப்பவனை மேல்தளத்துக்கு கொண்டு வர சிறிய முயற்சியே போதுமானது. ஆனால், பள்ளத்தில் விழுந்து கிடப்பவனை மேல் தளத்துக்கு கொண்டு வர வேண்டு மெனில் அதிகப்படியான முயற்சி தேவைப்படும்.

அரசும் இதை உணர்ந்துதான் ஊனமுற்றவர்களுக்காக அதிக சலுகைகளையும், வசதிகளையும் செய்து கொடுத்திருக்கிறது. ஊனமுற்றவர்களுக்காக பல்வேறு நலத்திட்டங்களை ஏற்படுத்தி, அவற்றின் மூலமாக படிப்பு, வேலை வாய்ப்பு, தொழில் பயிற்சி, நிதி உதவிகள் போன்றவற்றை வழங்கி வருகிறது. அவற்றைப் பயன்படுத்தி ஊனமுற்றவர்களும் தங்களின் வாழ்க்கைத் தரத்தை மேம்படுத்தி வருகிறார்கள்.

அப்படி மேம்படுத்திக் கொண்டவர்களில் ஒருவர்தான் ராமகிருஷ்ணன். அவரைப்போல் ஊனமுற்றவர் அனை வரும் தங்களின் வாழ்க்கையை உயர்த்திகொள்ள வேண்டும்.

அதற்கு முதலில், அரசு அவர்களுக்கு எத்தகைய வசதி, வாய்ப்புகளை ஏற்படுத்திக் கொடுத்திருக்கிறது என்பதை அவர்கள் முழுமையாக அறிந்துகொள்ள வேண்டும். அரசின் நலத்திட்டங்கள் குறித்த விழிப்புணர்வு ஊனமுற்ற சமுதாயத் துக்கு இருந்தால்தான் அவர்களின் வாழ்க்கைத் தரம் மேம்படும்.

அத்தகைய விழிப்புணர்வை ஏற்படுத்துவதே இந்தப் புத்தகத் தின் நோக்கம். வாருங்கள், புத்தகத்துக்குள் நுழைவோம்.

2

ஊனமுற்றோரைப் பயிற்றுவிக்கும் படிப்புகள்

'இல்லாதவர்களுக்கு மீனைத் தராதே. மீன் பிடிக்கக் கற்றுத் தா' என்ற அர்த்தத்தில் ஒரு பழமொழி உண்டு. ஊனமுற்றோருக்கும் அத்தகைய உதவிதான் தேவை. அவர்கள் எதிர்பார்ப்பதும் அதைத்தான்.

சுயதொழில் முனைப்பு என்பது ஊனமுற்ற வர்களிடமும் உண்டு. ஆனால், சுயதொழில் பற்றி யோசிக்கும் போதே, தங்களுக்கு ஏற்ற வகையில் எந்தத் தொழிலைத் தேர்ந் தெடுப்பது, அதை எப்படிச் செய்வது? யார் அதைக் கற்றுத் தருவார்கள்? எங்கே போய் கற்கலாம் போன்ற கேள்விகள் அவர்கள் முன்னர் பூதாகரமாக எழுந்து நிற்கின்றன. இந்தக் கேள்விகளுக்கெல்லாம் விடை யாகத்தான், ஊனமுற்றோருக்கு சிறுசிறு கைத்தொழில்களைக் கற்றுத் தருவதற்கென பல்வேறு நிறுவனங்கள் ஏற்படுத்தப்பட் டுள்ளன. அவற்றில் பணிபுரிபவர்கள், இளங் கலை அல்லது முதுகலைப் பட்டம் படித்து விட்டு அப்படியே நேரடியாக வேலைக்கு

வந்துவிடுவதில்லை. ஊனமுற்றவர்களுக்கு கைத்தொழில் களைச் கற்றுக்கொடுப்பதற்கான பயிற்சியைப் பெற்ற பிறகுதான் அந்தப் பணிக்கு வருகிறார்கள்.

இந்தப் பயிற்சி அவசியமா என்று நீங்கள் நினைக்கலாம். நிச்சயம் அவசியம்தான். ஏனெனில், ஊனமுற்றோருக்கு கைத்தொழில் கற்றுத் தருவது என்பது சாதாரண விஷய மில்லை. அதற்கென்று தனித்திறமையும், பொறுமையும், புரிதல் உணர்வும் வேண்டும். அதை ஒரு தனிக்கலை என்றே சொல்ல வேண்டும். அந்தக் கலையைக் கற்றவர்களால் தான், மற்றவர்களைவிட ஊனமுற்றோருக்கு சிறப்பாகப் பயிற்சி அளிக்க முடியும். அப்படிப் பயிற்சி அளிப்ப வர்களை ஊனமுற்றோர்களின் ஊன்றுகோல்கள் என்றே கூறலாம்.

ஊனமுற்றோருக்கு பயிற்சி தருபவர்களைப் பயிற்றுவிப்ப தற்காக பல்வேறு படிப்புகள் இருக்கின்றன. ஊனமுற் றோருக்கான சேவையில் விருப்பமுள்ளவர்கள், இத்தகைய படிப்புகளில் ஏதேனும் ஒன்றில் சேர்ந்து தேர்ச்சி பெற வேண்டும். பின்னரே, அவர்கள் விரும்பிய சேவையைச் செய்யமுடியும்.

இந்தப் படிப்புகளை, மத்திய அரசைச் சேர்ந்த சில பள்ளி களும், கல்லூரிகளும் வழங்கி வருகின்றன. அவை மட்டு மன்றி, அரசு அங்கீகாரம் பெற்ற கல்வி நிறுவனங்கள் சிலவும் இத்தகைய படிப்புகளை வழங்கி வருகின்றன. ஆனால், இவற்றை 'ரீஹாபிலிடேஷன் கவுன்சில் ஆஃப் இந்தியா (rehabilitation council of india)' என்ற அமைப்பு அங்கீ கரித்திருக்க வேண்டும்.

படித்துத் தேர்ச்சி பெற்று அதன்மூலம் ஊனமுற்றோருக்கு உதவி செய்ய நினைப்பவர்கள், தாங்கள் பெறும் கல்வி முறையான அங்கீகாரம் பெறப்பட்டதா என்பதையும், அந்தப் படிப்புகளைத் தரும் கல்வி நிறுவனங்களும் முறையாக அங்கீகாரத்துடன் செயல்பட்டு வருகின்றனவா என்பதையும் உறுதிப்படுத்திக்கொண்ட பிறகு சேர்வது நல்லது.

அடுத்து, ஊனமுற்றோருக்கு உதவப் பயன்படும் படிப்புகள் என்னென்ன இருக்கின்றன என்பதைப் பார்ப்போம்.

I. **டிப்ளமோ படிப்புகள்**

★ டிப்ளமோ இன் மல்டிபர்பஸ் ரீஹாபிலிடேஷன் ஒர்க்கர்.

★ டிப்ளமோ இன் வொகேஷனல் ட்ரெய்னிங் அண்டு எம்ப்ளாய்மெண்ட்

★ டிப்ளமோ இன் கம்யூனிட்டி பேஸ்டு ரீஹாபிலிடேஷன்

★ டிப்ளமோ இன் ஸ்பெஷல் எஜுகேஷன் (ஹியரிங் இம்பேர்டு) - காது கேளாதவர்களுக்கு சிறப்புக் கல்வி தருவதற்கான படிப்பு.

★ டிப்ளமோ இன் ஸ்பெஷல் எஜுகேஷன் (மென்டலி ரிட்டார்டு) - மூளை வளர்ச்சி/மன வளர்ச்சி முழுமை அடையாத குழந்தைகளுக்குக் கல்வி கற்றுத் தருவதற் கான சிறப்புப் படிப்பு.

★ டிப்ளமோ இன் பிராஸ்தெடிக்ஸ் அண்ட் ஆர்தோடிக்ஸ் - கை, கால் ஊனமுற்றோருக்கு உபகரணங்கள் பொருத்துதல் குறித்த சிறப்புப் படிப்பு.

★ டிப்ளமோ இன் ஸ்பெஷல் எஜுகேஷன் (விஷுவலி இம்பேர்டு) - பார்வைக் குறைபாடு உள்ளவர்களுக்கு சொல்லித் தரும் படிப்பு.

★ பேசிக் டெவலப்மெண்ட் தெரபி ஃபார் சில்ட்ரன் வித் செரிபரல் பால்ஸி - மூளை வளர்ச்சி முழுமை அடையாமல் பிறக்கும் குழந்தைகளை வளர்ப்பதற்கான பயிற்சியைச் சொல்லித்தரும் படிப்பு.

II. **பி.லிட்., படிப்புகள்**

★ பி.எட். ஸ்பெஷல் எஜுகேஷன் (எம்.ஆர்.) - மூளை வளர்ச்சி குறைபாடுள்ள குழந்தைகளைப் பயிற்று விப்பதற்கான படிப்பு.

★ பி.எட். ஸ்பெஷல் எஜுகேஷன் (வி.ஐ.) - பார்வை இழந்தவர்களுக்குச் சொல்லித்தரப் பயன்படும் படிப்பு.

★ பி.எட். ஸ்பெஷல் எஜுகேஷன் (எச்.ஐ.) - காது கேளாதவர்களுக்குச் சொல்லித்தரப் பயன்படும் படிப்பு.

★ பேச்சிலர் ஆஃப் ரீஹாபிலிடேஷன் சயின்ஸ்.

III. *பட்ட மேற்படிப்புகள்*

★ பி.ஜி. டிப்ளமோ இன் டெவலப்மெண்டல் ரீஹாபிலி
டேஷன்.

★ பி.ஜி. டிப்ளமோ இன் ஸ்பெஷல் எஜுகேஷன்.

★ எம்.எட். ஸ்பெஷல் எஜுகேஷன் (எச்.ஐ.)

★ எம்.எட். ஸ்பெஷல் எஜுகேஷன் (வி.ஐ.)

★ எம்.எட். ஸ்பெஷல் எஜுகேஷன் (எம்.ஆர்.)

★ பேச்சிலர் இன் மொபிலிட்டி சயின்ஸ்.

மேலே குறிப்பிட்டுள்ள படிப்புகளை முடித்தவர்கள், தாங்கள்
பெற்ற சிறப்புக் கல்வியின் மூலம், உடல் ஊனமுற்ற, காது
கேட்காத, வாய் பேசாத, கண் பார்வை தெரியாதவர்களின்
வாழ்க்கை மேம்பாட்டுக்குப் பயன்படும் வகையில் அவர்
களுக்குச் சிறப்பு பயிற்சி அளித்து உதவ முடியும்.

இங்கு சொன்ன படிப்புகள் எல்லாம், மற்ற படிப்புகளில்
இருந்து வித்தியாசமானவை. இவற்றைப் படிப்பவர்கள்
நிச்சயம் வித்தியாசமான அனுபவத்தை உணர்வார்கள்.
கடவுளின் குழந்தைகள் என்று அழைக்கப்படும் ஊனமுற்ற
வர்களின் வாழ்க்கையில் ஒளியேற்றும் ஒரு சிறப்பான
பணியைச் செய்யப்போகிறோம் என்ற மன நிறைவும்
அவர்களுக்குக் கிடைக்கும்.

ஊனமுற்ற மாணவர்களுக்கான அரசுச் சலுகைகள்

சலுகைகள் என்றவுடன் உங்களுக்கு ஒரு கேள்வி தோன்ற
லாம். 'மற்றவர்களைப்போல் இயல்பாக வாழ வேண்டு
மென்றுதானே ஊனமுற்றோர் ஆசைப்படுகிறார்கள்; சலுகை
கள் கொடுப்பது அவர்களை அந்நியப்படுத்தி விடாதா'
என்பதுதான் உங்கள் மனத்தில் ஓடக்கூடிய கேள்வியாக
இருக்கும்.

அந்தக் கோணத்தில் சலுகைகளை அணுகக்கூடாது. சலுகை
என்பது நிதி உதவிதான். ஏற்கெனவே குறிப்பிட்டது போல்,
ஊனமுற்றவர்கள் கல்வி கற்பதற்கு, அவர்களின் தாழ்வு
மனப்பான்மை, சமூகப் பார்வை போன்ற பல காரணிகள்
அடிப்படையாக இருக்கின்றன. அந்தப் பட்டியலில்

பொருளாதார நிலையும் சேர்ந்து விடக்கூடாதே என்ற நல்லெண்ணத்தில்தான் அரசு அவர்களுக்கு பல சலுகைகளை வழங்கிவருகிறது.

ஊனமுற்ற மாணவர்களின் வாழ்க்கைத் தரம் உயர வேண்டும் என்ற நல்ல நோக்கில் வழங்கப்பட்டு வரும் இந்த அரசுச் சலுகைகளை, உடல் ஊனமுற்ற மாணவர்களின் பெற்றோர் கட்டாயம் பயன்படுத்திக்கொள்ள வேண்டும். அதுதான், பாதிக்கப்பட்ட தங்களுடைய குழந்தைகளுக்கு அவர்கள் செய்யும் நன்மை, கடமை.

இந்தச் சலுகைகளைப் பெற, தான் ஊனமுற்றவர்தான் என்பதற்கான அத்தாட்சியை சம்பந்தப்பட்ட மாணவ, மாணவியர் தாங்கள் படிக்கும் பள்ளி அல்லது கல்லூரியில் சமர்ப்பிக்க வேண்டும்.

அந்த வகையில், அரசின் உதவிகள் தொடக்கக் கல்விக்கு மட்டுமல்லாமல், உயர்நிலை, மேல்நிலைப் பள்ளிக்கும், கல்லூரிப் படிப்புகளுக்கும்கூட செய்துதரப்படுகின்றன என்பது குறிப்பிடத்தக்கது.

ஆரம்பக் கல்வி மாணவர்களுக்கு...

1981-82. ஊனமுற்றவர்களின் சமூகத்துக்கு மிக முக்கியமான வருடங்கள் இவை. இந்தக் காலக்கட்டத்தில் இருந்துதான் ஆரம்பக் கல்வி படிக்கும் ஊனமுற்ற மாணவர்களுக்கான சலுகைகளை அரசு வழங்கி வருகிறது.

இத்திட்டத்தின்படி, தமிழகம் முழுவதும் உள்ள அரசு, அரசின் நிதி உதவி பெறும் பள்ளிகள் மற்றும் தனியார் பள்ளிகளைச் சேர்ந்த, ஒன்று முதல் எட்டாம் வகுப்பு வரை படிக்கும் அனைத்து ஊனமுற்ற மாணவ, மாணவியருக்கும் கல்வி உதவித் தொகை வழங்கப்பட்டு வருகிறது.

இதற்காக, ஆண்டுதோறும் லட்சக்கணக்கான ரூபாயை அரசு ஒதுக்குகிறது. உதவித் தொகை கோரும் மாணவ, மாணவி யருக்கு நேரடியாக அவர்கள் படிக்கும் பள்ளி மூலமாகவே உதவித் தொகை வழங்கப்படுகிறது. அரசின் இந்த உதவித் தொகை, சம்பந்தப்பட்ட மாணவ, மாணவியருக்கு மாதந் தோறும் இரண்டு நிலைகளில் தரப்படுகிறது.

முதல் நிலை:

முதல் நிலையில் ஒன்று முதல் ஐந்தாம் வகுப்பு வரை படிக்கும் மாணவ, மாணவியருக்குத் தலா ரூ. 25 வழங்கப் படுகிறது.

இரண்டாம் நிலை:

இரண்டாம் நிலையில் ஆறு, ஏழு மற்றும் எட்டாம் வகுப்பு மாணவ, மாணவியருக்குத் தலா ரூ. 75 வழங்கப்படுகிறது.

அரசின் இந்த கல்வி உதவித் தொகையை, பாடப் புத்தகங்கள் மற்றும் நோட்டுப் புத்தகங்கள் வாங்கப் பயன்படுத்திக் கொள்ளலாம். ஏழை எளிய மாணவ, மாணவியர் மட்டுமல் லாமல், ஊனமுற்ற அனைத்துப் பிரிவைச் சேர்ந்த மாணவ, மாணவியர்க்கும் இந்த உதவித் தொகை வழங்கப்படுகிறது.

உயர்நிலைப்பள்ளி மாணவர்களுக்கு...

ஆரம்பக் கல்வி மாணவர்களுக்கு வழங்கப்படுவதைப் போலவே, உயர்நிலைப் பள்ளியில் படிக்கும் ஊனமுற்ற மாணவ, மாணவியருக்கும் சலுகைகள் வழங்கப்படுகின்றன.

அந்த வகையில், 9-ம் வகுப்பு முதல் 12-ம் வகுப்பு வரை படிக்கும் ஊனமுற்ற ஒவ்வொரு மாணவ, மாணவியருக்கும் மாதந்தோறும் தலா ரூ. 110 உதவித் தொகை வழங்கப்பட்டு வருகிறது.

உயர்நிலைப் பள்ளி மாணவ, மாணவியருக்கான உதவித் தொகைத் திட்டம் 2001-02-ம் ஆண்டு முதல் செயல்படுத்தப் பட்டு வருகிறது. இத்திட்டத்தால் ஆண்டுதோறும் ஆயிரக் கணக்கான மாணவ, மாணவியர்கள் பயன் அடைந்து வரு கின்றனர்.

கல்லூரி மாணவர்களுக்கு...

பள்ளி மாணவர்களைப் போலவே, கல்லூரியில் படிக்கும் ஊனமுற்ற மாணவர்களுக்கும் உதவித் தொகைகள் வழங்கப் படுகின்றன. இவர்களுக்கு மாதந்தோறும் உதவித் தொகை யாக ரூ.150 வழங்கப்படுகிறது.

3

பார்வையிழந்தாலும் படிக்கலாம்

இரவு நேரம். விளக்குகள் எரிந்து கொண் டிருக்கின்றன. திடீரென மின்சாரத்தடை ஏற்பட்டு விளக்குகள் அணைந்து இருள் சூழ்கிறது என்று வைத்துக்கொள்வோம். தட்டுத்தடுமாறி தீப்பெட்டியைத் தேடி மெழுகுவர்த்தியையோ அல்லது விளக்கையோ ஏற்றுவதற்குள் எவ்வளவு திணறிப்போகிறோம்? சில நிமிடங்கள் கூட அந்த இருண்ட வாழ்க்கையை நம்மால் சமாளிக்க முடியவில்லை.

இந்த அடிப்படையில் கண் பார்வை இழந்த வர்களின் வாழ்க்கையை கற்பனை செய்து பாருங்கள். அவர்களுக்கு உலகமே இருட்டு தான்.

வாழ்நாள் முழுக்க அந்த இருளை எப்படி அவர்கள் சமாளிக்கிறார்கள்? அவர்களின் உடல் குறைபாட்டைச் சமன் செய்யும் வகையில் இயற்கையே ஒரு ஏற்பாட்டை வைத்திருக்கிறது.

குறிப்பாக, கண் பார்வை இழந்தவர்களுக்கு மற்ற புலன்கள் மிகவும் கூர்மையாக வேலை செய்யும். அதிலும் தொடு உணர்ச்சி என்பது அவர்களுக்கு அதிகமாக இருக்கும். கண் களால் 'எதையும்' காண முடியாமல் போனாலும், பொருள் களைக் கைகளால் 'தொட்டுப் பார்த்து' உணர முடியும்.

தொடு உணர்ச்சியில் பார்வையற்றவர்களுக்கு இரு ம் கூர்மையை அடிப்படையாக வைத்து உருவாக்கப்பட்டது தான் 'பிரெய்லி முறை.' அதாவது, பொருள்களைத் தொட்டுப் பார்த்து உணர்வதுபோல், படிப்பதற்கான தகவல்களையும், செய்திகளையும் கை விரல்களால் தொட்டுத் தடவிப் பார்த்து படிக்கும் முறைதான் பிரெய்லி அச்சு முறை.

இந்த பிரெய்லி எழுத்து முறையைக் கண்டுபிடித்தவர் பெயர் லூயிஸ் பிரெய்லி. பிரான்ஸ் நாட்டைச் சேர்ந்த இவருக்கு, இந்த பிரெய்லி முறையை உருவாக்கியபோது கண் பார்வை கிடையாது என்பது குறிப்பிடத்தக்கது.

சிறு வயதில் ஏற்பட்ட ஒரு விபத்தில் பார்வையிழப்பு ஏற்பட்டபோது, தனக்குப் பயன்படும் வகையில் படிப்ப தற்காக அவர் உருவாக்கியதுதான் இந்த பிரெய்லி முறை.

அந்தக் காலத்தில் போர் நடக்கும்போது, ராணுவ வீரர் களுக்கு செய்திகள் வரும். இவற்றை, மற்றவர்கள் எளிதில் புரிந்துகொள்ள முடியாத வகையில், ராணுவ வீரர்கள் மட்டும் புரிந்துகொள்ளும் வகையில் உருவாக்கி இருப்பார் கள். இரவு நேரத்தில், வெளிச்சம் இல்லாதபோதுகூட கை விரல்களால் தொட்டுப் பார்த்து செய்திகளைத் தெரிந்து கொள்ளும் வகையில் அவை இருக்கும். அதாவது, காகிதத் தில் ஊசியினால் குத்தப்பட்டு மேடு, பள்ளங்களாக அந்தச் செய்திகள் இருக்கும்.

இதை அடிப்படையாகக் கொண்டுதான், பார்வையற்றவர் களுக்கான முறையை பிரெய்லி உருவாக்கினார். அதுதான், இன்று உலகம் முழுவதும் பார்வையற்றவர்களுக்கான 'படிப்பு மொழியாக' இருந்து வருகிறது.

இந்த பிரெய்லி முறையில் 63 வகையான எழுத்துகள் உள்ளன. கண் பார்வை இழந்தவர்கள் இந்த எழுத்துகள்

மூலம் கல்வி கற்க முடியும். ஆரம்பத்தில், மற்றவர்களைப் படிக்கச் சொல்லி அதைக் காதால் கேட்டு படித்தவர்கள் இன்று பிரெய்லி முறையில் உருவாக்கப்பட்ட புத்தகங்கள் மூலம் தாங்களாகவே கை விரல்களால் தொட்டுப் பார்த்து படிக்க முடியும். இன்று, இசை அடையாளக் குறிகள்கூட பிரெய்லி முறையில் எழுதப்படும் அளவுக்கு இந்த முறை முன்னேற்றம் அடைந்துள்ளது.

கண் பார்வை அற்றவர்களுக்கு, பிரெய்லி முறையைக் கற்றுத்தரும் சிறப்புப் பள்ளிகள் நிறைய இருக்கின்றன. இங்கு பயிற்சி பெற்று, பிரெய்லியில் உருவாக்கப்பட்ட எழுத்து களை எளிதில் புரிந்துகொண்டு படிக்க முடியும். இந்தப் பள்ளிகளில், பிரெய்லி முறையில் பயிற்றுவிக்கும், பயிற்சி பெற்ற ஆசிரியர்கள் இருப்பார்கள்.

முதல் வகுப்பில் இருந்து பன்னிரண்டாம் வகுப்பு வரை பயிலும் பார்வையற்ற மாணவ, மாணவியருக்கான பிரத்யேக பிரெய்லி புத்தகங்களை அரசே அச்சடித்து விநியோகிக்கிறது. 1968-ம் ஆண்டு முதல் இத்திட்டம் தொடர்ந்து செயல்பட்டு வருகிறது என்பது குறிப்பிடத்தக்கது.

பார்வையற்றோருக்கு பிரெய்லி முறையில் கல்வி கற்றுத்தரும் பள்ளிகள்:

1. **வித்யா விரிஷம்,**
    சென்னை.
    தொடர்புக்கு: சி.எல். ராமகிருஷ்ணன்.
    தொலைபேசி: 044-24414741;
    ஆர்.கல்யாணகிருஷ்ணன். 044-22574355

2. **கண் பார்வையற்றோர்களுக்கான பள்ளி,**
    54, காமராஜ் ரோடு,
    ராமகிருஷ்ண நகர்,
    ஆழ்வார் திருநகர்,
    சென்னை-600087,
    தொலைபேசி - 044-24860221,
    ஈமெயில்: shanmugam@azagi.com

பிரெய்லி முறையில் கல்வி கற்க விரும்புபவர்கள், மேற் கண்ட முகவரிகளைத் தொடர்புகொள்ளலாம். அவர்கள் தேவையான ஆலோசனைகளைத் தருவதுடன், கல்வி கற்கவும் உதவி செய்வார்கள்.

பார்வையற்றவர்களுக்குத் தேர்வு எழுதவும், எழுதி உதவுபவர்களுக்குமான சலுகைகள்

கண் பார்வை இல்லாத மாணவ, மாணவியர் பிரெய்லி முறை யில் படிப்பதற்கு தமிழக அரசு பல்வேறு திட்டங்களைச் செயல்படுத்தி வருகிறது. அரசுச் செலவிலேயே தமிழகம் முழுவதும் பிரெய்லி முறையில் கற்றுத் தரும் பள்ளிகளை நிறுவும் நடவடிக்கையில் அரசு ஈடுபட்டு வருகிறது.

சரி, அரசின் முயற்சியால் பிரெய்லி முறையில் கல்வி கற்கும் மாணவ, மாணவியர், மற்றவர்களைப் போல் தேர்வு எழுத வேண்டும் இல்லையா? கண் பார்வை இல்லாத காரணத்தால் அவர்களுக்குத் தேர்வு எழுதுவதில் சிரமம் ஏற்படும். படிப்பது என்னவோ பிரெய்லியில்தான். ஆனால், தேர்வை யும் பிரெய்லியில் எழுத முடியாது. இன்னும் அந்த வசதி உருவாகவில்லை. அதனால், பார்வையற்ற மாணவ, மாணவியருக்கு உதவும் முயற்சியை அரசு எடுத்துள்ளது.

அதன்படி, பிரெய்லியில் படித்த மாணவ, மாணவியர் தாங்கள் படித்ததை ஒருவரிடம் வாய் வழியாகச் சொன்னால், அந்தக் குறிப்பிட்ட நபர் அதை எழுதித் தருவார். இந்த நடை முறையை, தேர்வு நேரங்களில் விபத்தில் சிக்கி காயம் அடைந்த, மருத்துவமனைகளில் சிகிச்சை பெற்று வரும் மாணவ, மாணவியருக்கு ஒரு சலுகையாக அரசு அறிவித் துள்ளது. அதே சலுகை, பார்வையற்றவர்களுக்கும் நீட்டிக்கப் பட்டுள்ளது.

ஆரம்பத்தில், பார்வையற்றவர்களுக்குத் தேர்வு எழுத உதவுபவர்களுக்கு தினமும் ரூ. 30 வழங்கப்பட்டது. இப்போது இந்தத் தொகை ரூ. 50 ஆக உயர்த்தப்பட்டுள்ளது.

காது கேளாத - வாய் பேசாதவர்கள் புரிந்துகொள்ள உதவும் 'சைகை மொழி'

தேவைகள்தான் கண்டுபிடிப்புகளை உருவாக்குகின்றன என்பார்கள். காது கேளாதவர்களின் கற்றல் தேவையை நிறை

வேற்றும் வகையில் கண்டுபிடிக்கப்பட்டதுதான் 'சைகை மொழி' எப்படி பார்வையற்ற குழந்தைகளுக்கு, 'பிரெய்லி' படிக்க உதவுகிறதோ, அதேபோல், காது கேளாத குழந்தை களுக்கு, படிப்பதற்கும், மற்றவர் சொல்வதைப் புரிந்து கொள்ளவும் சைகை மொழி பெரிதும் பயன்படுகிறது.

பெரும்பாலான, காது கேளாதவர்கள் பள்ளிகளில் சைகை மொழி கற்பிக்கப்படுகிறது. இதன்மூலம், வாய் பேச முடியாதவர்கள், காது கேளாதவர்கள், தன்னைப் போன்ற குறைபாடு உடைய பிறரிடம் தொடர்புகொள்ள முடியும்.

சைகை மொழி மூலமாகவே கற்கவும் முடியும். தற்சமயம், தூர்தர்ஷன் நிகழ்ச்சிகளில்கூட, சைகை மொழியில் செய்தி வாசிக்கிறார்கள். இது காதுகேளாதவர்களுக்கான செய்தி தான்! இதில், ஒருவர் சாதாரணமாக செய்தி வாசிக்க, மற்றொருவர், சைகை மொழி மூலம் அந்தச் செய்தியை விளக்குவார். இதன்மூலம், சாதாரணமானவர்களும் செய்தியை கேட்டுத் தெரிந்துகொள்ள முடியும். குறைபாடு உடையவர்களும் செய்தியை அறிந்துகொள்ள முடியும்.

இன்றைக்கு பாடி லாங்வேஜ் என்கிற வார்த்தையை நாம் அதிகமாகப் பயன்படுத்துகிறோம். 'உடல் மொழி' என்று இதனைத் தமிழில் குறிப்பிடுகிறார்கள். அதாவது, ஒருவரின் உடல் அசைவுகளைக் கொண்டே அவர் என்ன மனநிலையில் இருக்கிறார் என்பதை புரிந்துகொள்வதுதான் இது! இதே போன்றதுதான் சைகை மொழியும்.

சைகை மொழியைப் படிப்பதன் மூலம், தங்களைப்போல் குறைபாடுள்ள மற்றவர்களோடு இவர்களால் எளிதில் தொடர்பு கொள்ள முடியும்.

பெரும்பாலான பேச முடியாத குழந்தைகளுக்கு, காது கேளாமைதான் கோளாறின் முதல் கட்டமாக இருக்கும். அந்தக் கோளாறைச் சரி செய்வதுதான் அவர்களின் பிரச்னையைத் தீர்ப்பதற்கான முதல் கட்டம். தகுந்த பரிசோதனைகள் மூலம், இக்குறைபாட்டுக்கான காரணங் களை அறிந்து, அதற்கேற்றபடி சிகிச்சை அளிக்க வேண்டும்.

காது கேளாதவர்களுக்கு வரப்பிரசாதமாக ஹியரிங் எய்ட் போன்ற கருவிகள் பயன்படுகின்றன. இவற்றில் பல

வகைகள் இருக்கின்றன. காது கேளாதவர்கள் தங்களின் காது அமைப்புக்கு ஏற்ப, பிரச்னையின் தீவிரத்துக்கு ஏற்ப தங்களுக்கான கருவியைப் பொருத்திக் கொள்ளலாம். இதன் மூலம், இவர்களுக்கு காது கேட்பதற்கான வழி செய்யப்படு கிறது

கருவி பொருத்துவது சிலருக்கு சரி வராது. அவர்களுக்கு அறுவைச் சிகிச்சைதான் பலனளிக்கும். இதிலும் பல முறை கள் இருக்கின்றன. பிரச்னையைப் பொறுத்து சிலருக்கு உட்செவியில் அறுவைச் சிகிச்சை செய்யப்படும். இன்னும் சிலருக்கு மூளையில் ஒலி அலைகளை மூளைக்குக் கடத்த உதவும் கருவியைப் பொருத்துவார்கள். இத்தகைய அறுவைச் சிகிச்சைகள் மூலமாக அவர்களின் பிரச்னை சரி செய்யப் பட்டு கேட்கும் திறன் மேம்படுகிறது. ஒலி அலைகளால் மூளை தூண்டப்படுவதால் பேச்சுத் திறனும் உருவாக வாய்ப்பிருக்கிறது.

ஆனால், அறுவைச் சிகிச்சை செய்தும் குணப்படுத்த முடியாத அளவில் சிலரின் பிரச்னைகள் தீவிரமாக இருக்கும். இத்தகைய நிலையில் உள்ளவர்களுக்கு, பிற சிகிச்சை களோடு தொடர்பு கொள்வதற்கான சைகை மொழியும் பயிற்றுவிக்கப்படுகிறது.

இதற்கென சிறப்புப் பயிற்சி பெற்றவர்கள், பள்ளிகளில் காது கேளாத சிறுவர்களுக்கும், பேச முடியாதவர்களுக்கும் பயிற்சி அளிக்கிறார்கள். இவ்வாறான பயிற்சி தருவதற்கென சிறப்புப் பள்ளிக்கூடங்களும் இருக்கின்றன. இவற்றை அணுகினால், சைகை மொழி கற்றுத் தரப்படும்.

இதுபோன்றே, தொடுதல், பார்த்தல், ஒருவரைப் போலவே அப்படியே திரும்பச் செய்தல் போன்றவற்றின் மூலமாகவும் இக்குறைபாடு உள்ள குழந்தைகள் தங்கள் எண்ணங்களை பரிமாறிக்கொள்ள முடியும். மேலும், இக்குறைபாடு உள்ள குழந்தைகள், பேசும் நபரின் உதடு அசைவுகளை மனத்தில் நிறுத்தி, அவற்றை உன்னிப்பாகக் கவனித்தும், பேசுபவர் என்ன சொல்ல வருகிறார் என்பதைத் தெரிந்துகொள்ள முடியும்.

ஆனால், மேற்கூறிய முறைகளை, முறையாகப் பயிற்றுவிக்க சிறப்புக் கல்வி கற்ற நபர் அவசியம் தேவை. அவரின்

உதவியோடுதான் இதனை செய்ய முடியும். இதுபோன்ற பயிற்சி தரும் பள்ளிகளை, இந்தக் குறைபாடு உடையவர் களின் பெற்றோர்கள் அணுகிப் பயன்பெற வேண்டும்.

இனி இதுபோன்ற சிறப்புப் பயிற்சியளிக்கும் பள்ளிகளை குறித்த விபரங்களை தெரிந்துகொள்ளலாம்.

காது கேளாதவர்களுக்கு சிறப்புப் படிப்பு

காது கேளாதவர்களுக்கென சிறப்பு, பி.காம் மற்றும் பி.சி.ஏ. படிப்புகளை, சென்னையிலுள்ள மாநிலக் கல்லூரி புதிதாக ஆரம்பிக்க உள்ளது.

காதுகேளாதவர்களுக்கான அமைப்பு

காது கேளாதவர்களுக்கான ஓர் அமைப்பை 1987-ம் ஆண்டில் நிறுவினார்கள். இந்த அமைப்பு மாவட்ட அரசாங்க அமைப்போடு ஒருங்கிணைந்து செயல்படுகிறது.

இதன் முகவரி

காது கேளாதவர்களுக்கான தமிழ்நாடு மாநில கூட்டமைப்பு,
48, சாந்தோம் நெடுஞ்சாலை,
சென்னை-600028.

4

பயிற்சிகள் இலவசம்

முதல் அத்தியாயத்தில் ராமகிருஷ்ணன் என்பவரைச் சந்தித்தோமே நினைவிருக் கிறதா? அவர் வசிக்கும் அதே தெருவில்தான் வாய் பேச முடியாத சிவாவும் வசிக்கிறார். தான் தொழில் தொடங்கி முன்னேறியது போல் சிவாவும் வாழ்வில் முன்னேற வேண்டுமென ராமகிருஷ்ணன் விரும்பினார். ஆனால், சிவாவுக்கு எப்படி உதவி செய்வது எனத் தெரியவில்லை.

அவர் பார்க்கும் போதெல்லாம் வீட்டு வாசலிலேயே சிவா முடங்கிக் கிடப்பார். தினமும் காலைக்கடன்களை முடிப்பது, சாப்பிடுவது, உறங்குவது ஆகியவற்றைத் தவிர ஊனமுற்றவர்கள் வேறு எதையும் செய்யமுடியாது என்கிற தப்பான கருத்துக்கு சிவா ஒரு மௌன சாட்சியாக இருப்பதாகவே ராமகிருஷ்ணனுக்குத் தோன்றும்.

ஆனால், ஒரு நாள் வழக்கத்துக்கு மாறாக ஒரு வித்தியாசமான காட்சியை ராமகிருஷ்ணன்

பார்த்தார். ஏதோ ஒரு பழுதின் காரணமாக பாதி வழியில் நின்றுவிட்ட யாரோ ஒரு வழிப்போக்கரின் இரண்டு சக்கர வாகனத்தை சிவா சரி செய்ய முயன்று கொண்டிருந்தார். அந்தக் காட்சியைப் பார்த்ததும் சிவாவுக்கு என்ன உதவி செய்ய வேண்டும் என ராமகிருஷ்ணனுக்குப் புரிந்துவிட்டது.

சிவாவின் பெற்றோர்களோடு பேசி வாகனங்களைப் பழுது பார்ப்பதற்கான பயிற்சியில் சேர சிவாவுக்கு உதவி செய்தார். இன்றைக்கு சொந்தமாக ஒரு மெக்கானிக் ஷாப் வைத்துக் கொண்டு சிவா சந்தோஷமாக இருக்கிறார்.

சிவாவைப் போல் ஒவ்வொரு உடல் ஊனமுற்றவருக்கும் ஏதேனும் ஒரு தனித்திறமை கண்டிப்பாக இருக்கும்.அந்தத் தனித்திறன் என்ன என்பதைக் கண்டுபிடிக்கும் பொறுப்பு சம்பந்தப்பட்டவருக்கும் இருக்கிறது; அவரின் குடும்பத் தாருக்கும் இருக்கிறது. எல்லா சிவாக்களுக்கும் ராம கிருஷ்ணன்கள் கிடைக்க மாட்டார்கள்.

உடல் ஊனமுற்ற ஒருவருக்கு தனித்திறன் இருந்தால் மட்டும் போதுமா? அதை செழுமைப்படுத்தவும், நெறிப்படுத்தவும் முறையான பயிற்சி அவசியமில்லையா? இந்த அவசியத்தை உணர்ந்துதான் அரசு ஊனமுற்றோருக்கு அவரவரின் தகுதியை யும், உடல் ஊனத்தையும் அடிப்படையாக வைத்துப் பல்வேறு தொழில் பயிற்சிகளை அளித்து வருகிறது.

யாருக்கெல்லாம் பயிற்சிகள் வழங்கப்படுகின்றன?

★ பார்வையிழந்தவர்களுக்கான பயிற்சிகள்

★ காது கேளாத, வாய் பேச இயலாதவர்களுக்கான பயிற்சிகள்

பார்வையிழந்தவர்களுக்கான பயிற்சிகள்

பார்வையிழந்தவர்களுக்குப் பயிற்சி அளிக்க, சென்னை அருகேயுள்ள பூவிருந்தவல்லியில் ஒரு பயிற்சிப் பள்ளி அமைக்கப்பட்டுள்ளது. இது, பார்வையற்றோருக்கான அரசு தொழிற்பயிற்சி மையமாகும். இத்திட்டம் 1978-ம் ஆண்டுக ளிலேயே தொடங்கப்பட்டது. இங்கு வருடந்தோறும், 24 நபர்களுக்கு பயிற்சி அளிக்கப்படுகிறது. இவர்களுக்கு மூன்று வகையான பயிற்சிகள் அளிக்கப்படுகின்றன.

(அ) புத்தகம் கட்டுவதற்கான பயிற்சி

அச்சடிக்கப்பட்ட செய்தித்தாள்களை புத்தகமாகக் கட்டும் பயிற்சி இதில் அளிக்கப்படுகிறது. இது ஒராண்டு காலத்துக் கான பயிற்சி.

(ஆ) தையல் பயிற்சி

இந்தப் பயிற்சி பார்வையிழந்த பெண்களுக்கு மட்டும் அளிக்கப்படுகிறது. ஒராண்டு காலம் அளிக்கப்படும் இந்தப் பயிற்சியில் துணியை வெட்டுவதற்கும், வெட்டிய துணியை தைப்பதற்கும் கற்றுத் தரப்படுகிறது.

(இ) எந்திரம் இயக்கப் பயிற்சி

எந்திரங்களின் பாகங்களைப் பொருத்துதல் மற்றும் அவற்றின் அடிப்படை இயக்கம் ஆகியவற்றை குறித்து இப்பயிற்சியில் சொல்லித் தரப்படுகிறது. மேலும், சாக்கட்டி தயாரிக்கும் பயிற்சியும் இவர்களுக்கு அளிக்கப்படுகிறது. இவ்வாறான பயனுள்ள பயிற்சிகள் இவர்களுக்கு இலவசமாக அளிக்கப் படுகிறது. அத்துடன் இங்கு இவர்களுக்கு, தங்குமிடம், உணவு மட்டுமல்லாமல், உடுத்துவதற்கு ஆடைகளும் வழங்கப்படுகின்றன.

2. காது கேளாத, வாய் பேச முடியாதவர்களுக்கான இலவசப் பயிற்சிகள்

காது கேளாத, வாய் பேச முடியாத நிலையில் உள்ளவர் களுக்கு கிண்டியிலுள்ள அரசு தொழிற்பயிற்சி நிலையத்தில் தொழில் பயிற்சி வழங்கப்படுகிறது. இவர்களுக்கும் வாகன இயக்கம் மற்றும் பாகங்களைப் பொருத்துதல் தொடர்பான பயிற்சி இங்கு அளிக்கப்படுகிறது. இத்துடன் இவர்களுக்கு இங்கு ரூ.100/-ம் மாதாமாதம் உதவித் தொகையாக வழங்கப்படுகிறது.

இனி எந்தெந்த இடங்களில் ஊனமுற்றோருக்கான தொழிற் பயிற்சி நிலையங்கள் அமைக்கப்பட்டுள்ளன எனப் பார்க்க லாம்.

பெங்களூர், ஆமதொபாத், புவனேஸ்வரம், மும்பை, கொல்கத்தா, தில்லி, ஹைதராபாத், ஜபல்பூர், குவாஹாத்தி,

கான்பூர், லூதியானா, சென்னை, திருவனந்தபுரம், அகர்த்தலா, பாட்னா, வடோதரா ஆகிய நகரங்களில் இந்தப் பயிற்சி நிலையங்கள் அமைக்கப்பட்டுள்ளன.

தமிழகத்தின் பிற இடங்களில் இலவசப் பயிற்சிகள்

கிண்டி, பூவிருந்தவல்லி என்றவுடன் சென்னையில் மட்டும் இத்தகைய பயிற்சிகள் வழங்கப்படுகின்றன என நினைக்க வேண்டாம். மாநிலம் முழுவதும் உள்ள உடல் ஊனமுற் றோருக்காக, தமிழகம் முழுவதும் உள்ள ஒவ்வொரு மாவட்டத்திலும் இந்தப் பயிற்சிகள் வழங்கப்படுகின்றன.

இதற்காக ஒவ்வொரு மாவட்டத்திலும், மாவட்ட மறுவாழ்வு மையங்கள் அமைக்கப்பட்டுள்ளன. இவை, ஊனமுற்றோர் மறுவாழ்வுத்துறையின் கீழ் செயல்பட்டு வருகின்றன. இங்கு இவர்களுக்கு இலவச தொழிற்பயிற்சி அளிக்கப்படுகிறது.

இது போன்ற மையங்களில் இவர்களுக்கு லேப் டெக்னாலஜி பயிற்சி அளிக்கப்படுகிறது. இது இரண்டு வருட பயிற்சி. இந்தப் பயிற்சியைப் பெற விரும்புபவர்கள், சென்னை, சேலம், கோவை, திருச்சி, தஞ்சாவூர், மதுரை ஆகிய மாவட்டங்களில் உள்ள பயிற்சி மையங்களைத் தொடர்பு கொள்ளலாம்.

இதுபோன்றே, ஊனமுற்றோருக்கு கணினி பயிற்சியும் வழங்கப்படுகிறது. கணினிப் பயிற்சியை பெற விரும்புபவர் கள், சென்னை, சேலம், கோவை, திருச்சி, மதுரை, திருநெல்வேலி ஆகிய ஊர்களில் உள்ள மாவட்ட மறு வாழ்வுத் துறையை அணுக வேண்டும்.

இவர்களுக்குப் பயிற்சி இலவசமாக அளிக்கப்படுவதுடன், பயிற்சி பெறுகின்ற ஊனமுற்றோருக்கு, மாதாமாதம் ரூ.300/ - உதவித் தொகையும் அளிக்கப்படுகிறது. இந்தப் பயிற்சி யில், கண் பார்வையிழந்தவர்கள் மற்றும் காது கேளாத, வாய் பேச நிலையில் உள்ளவர்கள் ஆகியோர் சேர்ந்து பயன் பெறலாம்.

இவை தவிர, சென்னை, மும்பை, கொல்கத்தா மற்றும் லட்சுமணபுரியில் மண்டல மறுவாழ்வு மையங்கள் செயல் படுகின்றன.

ஊனமுற்றவர்களுக்கான மையங்களில் கைத்தொழில் செய்வதற்கான பயிற்சிகளும் வழங்கப்படுகின்றன. ஆனால், அந்த நிலையோடு அரசு நிறுத்திக்கொள்வதில்லை. கைத்தொழில் ஒன்றை கற்றுக் கொடுத்தால் மட்டும் போதுமா? தங்களின் தொழில் மூலமாக அவர்கள் உற்பத்தி செய்யும் பொருள்களை எங்கே சந்தைப்படுத்துவது?

இதற்காகவும் ஓர் ஏற்பாட்டைச் செய்திருக்கிறது அரசு. பல அரசு சார்ந்த நிறுவனங்கள் ஊனமுற்றவர்கள் உற்பத்தி செய்யும் பொருள்களைச் சந்தைப்படுத்துவதற்காகவே தனி விற்பனையகங்களை அமைத்துள்ளன. சில தன்னார்வ அமைப்புகளும் இத்தகைய விற்பனையகங்களை வைத்திருக் கின்றன.

தமிழ்நாட்டில், எல்லா மாவட்டங்களிலும் இருக்கும் ஊனமுற்றோரால் செய்யப்பட்ட கைவினைப் பொருள்கள் சென்னையில் உள்ள மத்திய மற்றும் மாநில ஓய்வு பெற்றோர் நல்வாழ்வு சங்கத்துக்கு அனுப்பப்பட்டு விற்பனை செய்யப் படுகின்றன. சுமார் 40-க்கும் மேற்பட்ட இடங்களிலிருந்து இங்கு விற்பனைக்கு பொருட்கள் வருகின்றன. இந்தச் சங்கத்தின் முகவரி:

மத்திய மற்றும் மாநில ஓய்வு பெற்றோர் நல்வாழ்வு சங்கம்,
209, 9-வது குறுக்குத் தெரு,
கொரட்டூர், சென்னை-80.
தொலைபேசி : 044-24916037
அலைபேசி: 9444805180.

5

வேலையில் இடஒதுக்கீடு

சுயதொழில் முனைப்பு என்பது எல்லோரிட மும் இருக்கும் என்று சொல்லமுடியாது. நன்றாகப் படிக்கவேண்டும்; ஏதேனும் ஒரு வேலையில் அமர வேண்டும் என்கிற எண்ணம்தான் பெரும்பாலானவர்களுக்கு இருக்கும். ஊனமுற்றவர்களும் இதற்கு விதிவிலக்கல்ல. ஆனால், அவர்களின் உடல் ஊனத்தை காரணம் காட்டியே அல்லது அதை மனத்தில் கொண்டே யாரும் அவர்களுக்கு வேலை தர முன்வருவதில்லை.

இதை உணர்ந்துதான், ஊனமுற்றவர்களுக்கு அரசு மற்றும் பொதுத்துறை நிறுவனங்களில் இட ஒதுக்கீடு வழங்கப்பட்டுள்ளது. இவர் களுக்கு பல்வேறு துறைகளில் 3% ஒதுக்கீடு கொடுக்கப்பட்டுள்ளது.

இதில் 1% பார்வையற்றோருக்கும், 1% காது கேளாத, வாய் பேச முடியாத நிலையில் உள்ளவர்களுக்கும், 1% கை-கால் ஊன முடையவர்களுக்கும் வழங்கப்படுகிறது.

இதேபோன்று கல்வித்துறையிலும் இவர்களுக்கு இட ஒதுக்கீடு செய்யப்பட்டுள்ளது. கல்வித்துறையில் ஆசிரியர் களுக்கான பணியிடங்களை நிரப்ப பார்வையற்றோருக்கும், காது கேளாதவர்களுக்கும், பேசும் திறனற்றவர்களுக்கும் வாய்ப்புகள் வழங்கப்படுகின்றன. பார்வையற்றோருக்கு 2 சதவீதமும், காது கேளாத, பேசும் திறனற்றவர்களுக்கு 2 சதவீதமும் வேலை வாய்ப்பு அளிக்கப்படுகிறது.

ஊனமுற்றோருக்கு புதிய வேலைவாய்ப்புகள்

ஊனமுற்றோருக்கு தற்சமயம் வழங்கப்பட்டு வரும், வேலை வாய்ப்புகளுடன் புதிய வேலை வாய்ப்புகளையும் உருவாக்க மத்திய அரசு தீர்மானித்துள்ளது. இந்த வகையில், வரும் காலங்களில், ஓர் ஆண்டுக்கு உடல் ஊனமுற்ற சுமார் ஒரு லட்சம் பேருக்கு வேலை வாய்ப்புகள் வழங்கப்பட உள்ளன. இதற்கென ஒரு புதிய திட்டத்தை மத்திய அரசு உருவாக்கி வருகிறது. மேலும், இத்திட்டத்துக்காக கோடிக்கணக்கான ரூபாயும் ஒதுக்கப்பட்டுள்ளது.

இத்துடன், ஊனமுற்றோர் பணிபுரிகின்ற இடங்களில், அவர் களை பணி நிரந்தரம் செய்யவும் ஏற்பாடுகள் செய்யப்பட்டு வருகின்றன. சேமநல நிதி தொடர்பாகவும் சில சலுகைகள் வழங்கப்படுகின்றன.

ஊனமுற்றோருக்கான வேலை தேடித்தரும் சிறப்பு அலுவலகங்கள்

சாதாரண நிலையில் உள்ளோர் படித்து முடித்து, பட்டம் வாங்கிய பிறகு, வேலை தேடுவார்கள் இல்லையா? இவர்களில் சிலர் தனியார் நிறுவனங்களில் வேலைக்குச் சேர்வார்கள். சிலர் அரசாங்க வேலைக்குச் செல்வார்கள்.

அரசாங்க வேலையில் சேரல் ஆர்வமுடையவர்கள், அரசாங்கத்தால் அமைக்கப்பட்டுள்ள வேலை வாய்ப்பு அலுவலகங்களில், தங்களைக் குறித்த விவரங்களை பதிவு செய்து கொள்வார்கள். பிறகு, ஒரு குறிப்பிட்ட வேலைக்கு ஆள் தேவைப்படும்போது, பதிவு செய்தவர்களுக்கு வேலை வாய்ப்பு அலுவலகத்தில் இருந்து தகவல் அனுப்பப்படும். குறிப்பிட்ட துறைக்கான தேர்வுகள் நடத்தி தகுதியானவரைத் தேர்ந்தெடுப்பார்கள்.

இதுபோன்றே, ஊனமுற்றோருக்கும் வேலை தேடித் தரும் சிறப்பு அலுவலகங்கள் நாடெங்கும் செயல்பட்டு வருகின்றன. இங்கு, ஊனமுற்றோரின் உடல்நிலை மற்றும் ஊனம், அதன் நிலை, அதற்கேற்ற வேலை போன்றவை யெல்லாம் தீர்மானிக்கப்படும்.

ஊனமுற்றவர்களுக்கான சிறப்பு வேலை வாய்ப்பு அலுவல கங்கள் எங்கெல்லாம் உள்ளன எனச் சொல்ல வேண்டு மில்லையா?

விசாகப்பட்டினம், ஹைதராபாத், ஆமதாபாத், புதுதில்லி, பெங்களூர், மும்பை, லூதியானா, சென்னை, ஜபல்பூர், திருவனந்தபுரம், கல்கத்தா, பாட்னா, சண்டிகர், சிம்லா, ஜெய்ப்பூர், புவனேஸ்வரம், குவாஹாத்தி, அகர்த்தலா, பரோடா, சூரத், ராஜ்கோட், இம்பால் - கான்பூர் - ஆகிய நகரங்களில் இப்படிப்பட்ட சிறப்பு அலுவலகங்கள் செயல் பட்டு வருகின்றன. இவற்றை அணுகி ஊனமுற்றோர்கள் தங்கள் பெயர் மற்றும் இதர விவரங்களை பதிவு செய்து பயன்பெறலாம்.

ஊனமுற்றவர்களுக்கான வேலைவாய்ப்பு கண்காட்சிகள்

அரசு மற்றும் பொதுத்துறை நிறுவனங்களில் ஊனமுற்றவர் களுக்கென இட ஒதுக்கீடு வழங்கப்படுவது சரி. ஆனால், தனியார் நிறுவனங்களில் நிலவரம் எப்படி? அங்கேயும் சூழல் மாறி வருகிறது என்பதுதான் ஆரோக்கியமான செய்தி.

முன்பெல்லாம், ஊனமுற்றவர்களைப் பயன்படுத்த தனியார் நிறுவனங்கள் தயக்கம் காட்டின. அவர்களுக்கு வேலை கொடுத்தால் பணியில் தேக்கம் ஏற்படும்; அவர்களால் மற்றவர்களைப் போல் வேகமாகப் பணி புரியமுடியாது; அவர்களுக்கென்று சில சலுகைகளை வழங்க வேண்டி யிருக்கும்; அவர்களின் பாதுகாப்புக்காக சில விஷயங்களைச் செய்யவேண்டும்- இவற்றையெல்லாம் அநாவசிய செலவாகவும், நேர விரயமாகவுமே நிறுவனங்கள் கருதின.

இந்த மனப்பான்மை மெல்ல மெல்ல மாறி வருகிறது. பொதுத் துறைகளில் ஊனமுற்றோர் பணியாற்றும் விதத்தால் ஈர்க்கப்பட்ட சில தனியார் நிறுவனங்கள் துணிந்து ஊனமுற்றோரைப் பணியில் அமர்த்த ஆரம்பித்தன. அவர்

களின் எதிர்பார்ப்பு வீண் போகவில்லை. ஊனமுற்றோர் தங்களின் திறமையை நிரூபித்துவிட்டதால் இன்றைக்கு பல தனியார் நிறுவனங்கள் ஊனமுற்றோரை பயன்படுத்தி வருவதுடன், அவர்களுக்கு ஊக்கமும், உற்சாகமும் தருகின்றன.

தகுதியானவர்களைத் தேர்ந்தெடுப்பதற்காக பல தனியார் நிறுவனங்கள் வேலை வாய்ப்பு கண்காட்சிகளை நடத்தி வருவது உங்களுக்குத் தெரியும். ஊனமுற்றவர்களுக்கும் இத்தகைய வேலைவாய்ப்பு கண்காட்சிகளை தனியார் நிறுவனங்கள் ஆண்டுதோறும் நடத்துகின்றன.

குறிப்பாக, விப்ரோ, டி.சிஎஸ் போன்ற தகவல் தொழில்நுட்ப நிறுவனங்களும், அசோக் லேலண்ட, ரிலையன்ஸ் ரீ டெய்ல் லிமிடெட் ஆகிய நிறுவனங்களும் இதுபோன்ற கண் காட்சியை தொடர்ந்து மூன்று வருடங்களாக நடத்தி வருகின்றன. இவற்றைப் பின்பற்றி மற்ற தனியார் நிறுவனங் களும் வேலை வாய்ப்புக் கண்காட்சியை நடத்தினால் ஊனமுற்றவர்கள் பயன் பெறுவார்கள். இதனால், நிறுவனங் களுக்கும் லாபம்தான் என்பதில் சந்தேகமில்லை.

6

மறுவாழ்வு அளிக்கும் மையங்கள்

'யானைப்பசிக்கு சோளப்பொரியா?'- பல காலமாகக் கேட்டு கேட்டுப் புளித்துப்போன பழமொழிதான். ஆனால், இந்த இடத்தில் இந்தப் பழமொழியைக் குறிப்பிடுவதுதான் மிகப் பொருத்தமாகத் தோன்றுகிறது. கல்வியில் சலுகைகள், வேலையில் இட ஒதுக்கீடு, இலவசமாகத் தொழில் பயிற்சிகள்- இத்தனையும் ஊனமுற்றவர்களுக்குக் கொடுக் கப்பட்டாலும், இவை யானைப்பசிக்கு சோளப்பொரி என்ற அளவில்தான் இருந்தன.

இவற்றின் மூலமாக மட்டும் ஊனமுற்ற வர்களின் நிலையை மேம்படுத்த முடிய வில்லை; அவர்களின் தேவையையும் நிறை வேற்ற முடியவில்லை; சமூக அமைப்பின் காரணமாக, மேலே சொன்ன உதவிகள் அனைத்து ஊனமுற்றோரையும் சென்றடை வதில்லை. இந்தப் பிரச்னைகளையெல்லாம் மனத்தில் கொண்டுதான் மறுவாழ்வு மையங் களும், ஊனமுற்றவர்களுக்கான தேசிய மையங்களும் அரசால் உருவாக்கப்பட்டன.

நம் ராமகிருஷ்ணனும் இப்படிப்பட்ட மறுவாழ்வு மையத் தில் மறுவாழ்வு பெற்று ஜெயித்தவர்தான்.

'மாவட்ட மறுவாழ்வு மையம்' என்ற அமைப்பு முதன் முதலில் 1986-ம் ஆண்டு செங்கல்பட்டில் ஏற்படுத்தப்பட்டது. இது மத்திய அரசாங்கத்தின் நிதியுதவியுடன், மத்திய அரசாங்கத்தின் திட்டப்படி ஏற்படுத்தப்பட்ட மையம். இந்த மறுவாழ்வு மையத்தில், திருக்கழுக்குன்றம், உத்திரமேலூர், வாலாசாபாத், மதுராந்தகம் ஆகிய வளர்ச்சி வட்டாரங்கள் அடங்கியுள்ளன. இப்பகுதிகளைச் சேர்ந்த ஊனமுற்றோர்கள் இந்த மறுவாழ்வு மையத்தை பயன்படுத்திக் கொள்ள முடியும்.

மாவட்ட மறுவாழ்வு மையம் பல வகைகளில் ஊன முற்றோருக்கு உதவி வருகிறது. அவர்களுக்காகப் பல்வேறு மறுவாழ்வுப் பணிகளையும், திட்டங்களையும் ஏற்படுத்தி, முறைப்படுத்தி செயல்படுத்தியும் வருகிறது.

இப்பகுதிகளில் உள்ள மக்களுக்கு உடல் ஊனம் ஏற்படாமல் தடுக்கும் வகையில் (போலியோ - இளம்பிள்ளை வாதம் போன்ற நோய்கள்) எல்லாவிதமான தடுப்பூசிகளும் இந்த மையத்தில் போடப்படுகின்றன. ஏதேனும் ஒரு உடல் ஊனத்தால் பாதிக்கப்பட்டவரின் நிலை, அந்தப் பாதிப்பின் அளவு ஆகியவற்றை மதிப்பிட ஒரு மருத்துவப் பிரிவும் இங்கு ஏற்படுத்தப்பட்டுள்ளது.

மேலே குறிப்பிடப்பட்டுள்ள மாவட்டங்களில் ஊனமுற்ற மக்களுக்காக, தனிப்பள்ளி தொடங்க யாராவது முன்வந்தால் அரசு சார்பில் அவர்களுக்கு வேண்டிய உதவிகள் செய்யப் படுகின்றன. மேலும், இவர்கள் வேலைவாய்ப்பைப் பெறுவதற்கும், அதற்கான பயிற்சிகளை அளிப்பதற்கும், பயிற்சி மையங்களை ஏற்படுத்தவும், அதற்கான உரிய தொழிற்சாலைகளைத் தொடங்குவதற்கும் அரசாங்க உதவி கிடைக்கிறது.

மாவட்ட மறுவாழ்வு மையங்கள் :

செங்கல்பட்டைத் தொடர்ந்து, மேலும் 28 மாவட்டங்களில் 'மாவட்ட மறுவாழ்வு மையம்கள்' அமைக்கப்பட்டுள்ளன. செங்கல்பட்டு மறுவாழ்வு மையத்தின் பணிகள் அனைத்தும் இவற்றிலும் தொடங்கப்பட்டுள்ளன.

மேலும், ஊனமுற்றவர்களுக்காக, மருத்துவப் பிரிவும், பேச்சுப் பயிற்சி அளிக்கும் பிரிவும்கூட இந்த மையங்களில் தொடங்கப்பட்டுள்ளன. அதோடு, உடல் ஊனமுற்றோருக்கு ஊன்றுகோல் வழங்கும் நிலையமும், ஊனமுற்றோருக்காக பல்வேறு கருவிகளை வடிவமைத்துத் தரும் பணிமனையும் இது போன்ற மையங்களில் செயல்பட்டு வருகின்றன.

தேசிய நிலையங்கள்

உடல் ஊனமுற்றோர், மனத்தளவில் ஊனமுற்றோர் ஆகிய இரு பிரிவினரின் நலனுக்காகவும்தான் நாடு முழுக்க தேசிய மையங்கள் தொடங்கப்பட்டுள்ளன. இவற்றில் என்னென்ன பணிகள் நடைபெறுகின்றன என இனி பார்க்கலாம்.

உடல் ஊனமுற்றோருக்கான தேசிய நிலையங்கள்

அ. பார்வையற்றோருக்கான தேசிய நிலையம்

இந்த நிலையம், சென்னையிலுள்ள பூந்தமல்லியில்தான் செயல்பட்டு வருகிறது. தென்மண்டலத்தைச் சேர்ந்த பார்வையற்றோர்கள் அனைவரும் இந்தத் தேசிய நிலையத்தைப் பயன்படுத்திப் பயன்பெறலாம்.

இங்கு பார்வையற்ற குழந்தைகளுக்கான பள்ளிக்கூடம் ஒன்று அமைக்கப்பட்டுள்ளது. இதில், முழுமையாக பார்வையை இழந்த குழந்தைகள், ஓரளவு பார்வையிழந்த குழந்தைகள் என அனைவரும் சேர்த்துக் கொள்ளப்படு கிறார்கள். இவர்களுக்கான உணவும் உடையும் இங்கேயே வழங்கப்படுகிறது. தங்குமிடமும் இலவசம். இத்துடன் இவர்களுக்கு ஊக்கத்தொகையும் அளிக்கப்படுகிறது.

இங்கு, 'பிரெய்லி' அச்சகம் ஒன்றும் நிறுவப்பட்டு, அதன் மூலமாக 'பிரெய்லி' நூல்கள் அச்சடிக்கப்படுகின்றன. பார்வையற்ற மாணவர்களின் அறிவுத்திறனை மேம்படுத்து வதற்காக இந்த அச்சகத்தில் அச்சடிக்கப்படும் புத்தகங்கள் வழங்கப்படுகின்றன.

பாட நூல்கள் மட்டுமில்லாமல், பல வழிகாட்டிக் குறிப்புகள், பத்திரிகைகள் (சஞ்சிகைகள்) கூட 'பிரெய்லி' முறையில் அச்சடிக்கப்பட்டு வழங்கப்படுகின்றன.

இத்துடன், பார்வையிழந்தவர்களுக்கென ஒரு பிரத்யேக நூலகமும் அமைக்கப்பட்டுள்ளது. நாடு முழுவதிலும் உள்ள பார்வையிழந்தவர்களுக்கு, அவர்களின் தேவைக்கேற்ப இங்கிருந்து நூல்கள் அனுப்பப்படுகின்றன.

கண்பார்வையிழந்தவர்களின் பிற உடல் பிரச்னைகளுக்காக வும் இம்மையத்தில் சிகிச்சை அளிக்கப்படுகிறது. கண் பிரச்னைகள், பார்வைக் கோளாறுகளுடன் வருகின்றவர் களுக்கும் சிகிச்சைகள் அளிக்கப்படுவதுடன், அவர்களின் பெற்றோருக்கு வழிகாட்டும் நடவடிக்கைகளும் மேற் கொள்ளப்படுகின்றன. 18 வயதுக்கு மேற்பட்ட, படிக்க இயலாத ஊனமுற்றவர்களுக்கு இங்கு பல்வேறு வகையான தொழிற்பயிற்சிகள் அளிக்கப்படுகின்றன. இதில் முக்கிய மானவை... எலக்ட்ரானிக்ஸ் படிப்பு, சுருக்கெழுத்து பயிற்சி, தட்டச்சுப் பயிற்சி ஆகியவை குறிப்பிடத்தக்கவை.

ஆ. உடல் உறுப்புகள் ஊனமுற்றோருக்கான தேசிய நிலையம்

உடல் உறுப்புகள் பாதிக்கப்பட்டு அல்லது அவற்றை இழந்து அவதிப்படும் ஊனமுற்றோருக்கென ஒரு தேசிய நிலையம் டேராடூனில் அமைக்கப்பட்டுள்ளது. இங்கு உடல் ஊனமுற்றோருக்கு சிகிச்சைகள் அளிக்கப்படுகின்றன. அறுவைச் சிகிச்சை மூலமாக ஊனத்தால் பாதிக்கப்பட்ட உறுப்புகளைச் சீரமைக்கும் சேவையும் இங்கு செய்யப்படு கிறது. மேலும், ஊனமுற்றோரின் மனத்தை திடப்படுத்து வதற்கான மனப்பயிற்சியும் அளிக்கப்படுகிறது.

இதன் முகவரி:

உடல் உறுப்புகள் ஊனமுற்றோருக்கான
தேசிய நிலையம்,
116, ராஜ்பூர் சாலை,
டேராடூன் - 248 001.

இ. உடல் ஊனமுற்றோர் மறுவாழ்வு தேசிய பயிற்சி மற்றும்
ஆராய்ச்சி நிலையம்

உடல் ஊனமுற்றோருக்கான மறுவாழ்வு தேசிய பயிற்சி மற்றும் ஆராய்ச்சி நிலையம் ஒன்று ஒரிசாவில் அமைக்கப் பட்டுள்ளது.

இங்கு ஊனமுற்றோருக்கு உதவுவதற்காக உடற்பயிற்சி அடிப்படையிலான பல்வேறு மருத்துவம் குறித்த கல்விப் பயிற்சிகள் அளிக்கப்படுகின்றன. இத்துறைகளில் பட்டப் படிப்புகளும் நடத்தப்படுகின்றன. ஆர்தோ- புராஸ்தெட்டிக் பட்டயப் படிப்பு வகுப்புகளும் நடத்தப்படுகின்றன.

அறிவியல் ஆற்றல், புதிய நவீன தொழில்நுட்பம் ஆகிய வற்றை அடிப்படையாகக் கொண்டு உடல் ஊனமுற் றோருக்கு தொழிற்பயிற்சிகள் அளிக்கப்படுகின்றன.

இந்த ஆராய்ச்சி நிலையத்தில் 100 படுக்கைகள் கொண்ட ஒரு மருத்துவமனையொன்றும் செயல்பட்டு வருகிறது. இந்த மருத்துவமனையில், பேச்சு வராத குழந்தைகளுக்கு பேச்சுப் பயிற்சி அளிக்கப்படுகிறது. மேலும், ஊனமுற்றவர்களுக்கு நுட்பமான அறுவைச் சிகிச்சையும் செய்யப்படுகிறது. குறிப்பாக, தொழுநோயினால் பாதிக்கப்பட்டு ஊனமடைந்த வர்களின் கைகளில் நுட்பமான அறுவைச் சிகிச்சை செய்யப் பட்டு, அவை சீராக்கப்படுகின்றன.

ஊனமுற்றோரின் உடலுக்கு மட்டும் இங்கு சிகிச்சைகள் அளிக்கப்படுவதில்லை. ஊனத்தால் மனம் பாதிப்படைந்து சோர்ந்து போகாமல் இருக்கவும், தாழ்வு மனப்பான்மையை அகற்றி தன்னம்பிக்கையை ஏற்படுத்தவும் அவர்களுக்குப் பயிற்சி அளிக்கப்படுகிறது.

மேலும், உடல் ஊனமுற்றோரின் உறவினர்களுக்கும் ஆலோசனைகள் வழங்கப்படுகின்றன. ஊனமுற்றவர்களை எப்படி அணுக வேண்டும், அவர்களின் உற்சாகம் குறை யாமல் எப்படி பார்த்துக்கொள்ள வேண்டும் போன்ற ஆலோசனைகள் அவர்களுக்கு வழங்கப்படுகின்றன.

இந்தத் தேசிய மையத்தில் உடல் ஊனமுற்றோருக்கு உதவித் தொகையும் வழங்கப்படுகிறது.

இதன் முகவரி:

உடல் ஊனமுற்றோர் மறுவாழ்வு தேசிய பயிற்சி மற்றும் ஆராய்ச்சி நிலையம்,
ஒலாட்பூர் அஞ்சல், பைராய்,
கட்டாக் மாவட்டம்,
ஒரிஸ்ஸா.

ஈ. காது கேளாதவர்களுக்கான தேசிய நிலையம்

காது கேளாதவர்களுக்கென ஒரு தேசிய நிலையம் மும்பையில் அமைக்கப்பட்டுள்ளது. கொல்கத்தா, டில்லி, ஹைதராபாத் ஆகிய மூன்று முக்கிய நகரங்களில் இதன் மண்டல நிலையங்களும் அமைக்கப்பட்டுள்ளன. மேலும், ஒரிஸ்ஸா மாநிலத்தில் உள்ள புவனேஸ்வரத்தில் மாநில அரசின் ஒத்துழைப்போடு ஒரு மண்டல நிலையமும் அமைக்கப்பட்டுள்ளது.

காது கேளாதோர் வாழ்வுக்குத் தேவையான பல்வேறு சாதனங்களை இந்தத் தேசிய நிலையம் வழங்குகிறது. காது கேளாமையால் பாதிக்கப்பட்ட பெற்றோருக்கு, அக்குழந்தை களை எப்படி வளர்ப்பது, பாடம் புகட்டுவது, பயிற்சி அளிப்பது போன்றவை தொடர்பான விளக்கங்கள் அளிக்கப் படுகின்றன. இவற்றின் மூலமாக பெற்றோரே தங்களின் குழந்தைகளைப் பயிற்றுவிக்க முடியும்.

இந்த நிலையங்கள் மூலமாக, பேச்சுவராத குழந்தைகளுக்கு பேச்சுப் பயிற்சி அளிக்கப்படுகிறது. அதேபோல், மனோ தத்துவ அடிப்படையிலான பயிற்சி, அந்தக் குழந்தையின் நடவடிக்கைகளை மேம்படுத்துவதற்கான பயிற்சி ஆகியவை யும் இங்கு வழங்கப்படுகின்றன. சிறுவயதிலேயே உடற் பயிற்சி மற்றும் விளையாட்டுகளில் அவர்களுக்கு ஆர்வத்தை ஏற்படுத்தவும் வழி செய்யப்பட்டுள்ளது.

இந்தத் தேசிய நிலையம் கீழ்க்காணும் முகவரியில் அமைந் துள்ளது.

காது கேளாதவர்களுக்கான தேசிய நிலையம்,
கிஷன்சந்த் மார்க்,
பந்தரா (தொலைபேசி இணைப்பக எதிரில்)
பந்தரா ரெக்லமேஷன்,
பந்தரா (மேற்கு),
மும்பை.உ. **உடல் ஊனமுற்றோருக்கான செயற்கை உடல் உறுப்புகள் தயாரிக்கும் தேசிய நிலையம்**

கை-கால்கள் இல்லாத நிலையில் உள்ளவர்கள் வாழ்க்கையை மிகுந்த சிரமத்தோடுதான் எதிர்கொள்வார்கள். அறிவியல் வளர்ச்சி, அவர்களின் சிரமத்தை பெருமளவு

குறைக்கும் வகையில் பல்வேறு கண்டுபிடிப்புகளை உருவாக்கியிருக்கிறது. அவற்றில் முக்கியமானது செயற்கை உறுப்புகள்.

செயற்கை உறுப்புகளை பொருத்திக் கொள்வதன் மூலம், உடல் ஊனமுற்றோர் தங்களது வாழ்வின் சிரமங்களைக் குறைத்துக்கொண்டு இயல்பான வாழ்க்கை வாழமுடியும். அந்த நோக்கத்தோடுதான் அரசு, இந்தத் தேசிய நிலையத்தை ஏற்படுத்தியுள்ளது. இந்த மையத்தில் பல்வேறு செயற்கை உறுப்புகள் தயாரிக்கப்பட்டு, நாட்டின் பல்வேறு இடங்களில் உள்ள ஊனமுற்றவர்களுக்காக அனுப்பப்படுகின்றன. இதற்கு மாநில அரசின் ஒத்துழைப்பும் உள்ளது. இந்த நிலையம் புதுடில்லியில் அமைக்கப்பட்டுள்ளது.

இதன் முகவரி

செயற்கை உடல் உறுப்புகள் தயாரிப்பு நிலையம்,
4, விஷ்ணு திகம்பர் மார்க்,
புதுதில்லி-110 002.

செயற்கை உறுப்புகள் தயாரிக்கும் கார்ப்பரேஷன் முகவரி

ஜி.டி. ரோடு,
கான்பூர்,
உத்திரப் பிரதேசம்.

ஊ. மனநோயாளிகளுக்கான தேசிய நிலையம்

உடல் ஊனமாவது ஒரு வகையில் பரவாயில்லை. உடல் அளவில் ஊனமுற்றவர்களுக்கு தங்களின் நிலை பற்றி நன்கு தெரியும். தங்களால் என்ன செய்யமுடியும், என்ன செய்ய முடியாது என்பது பற்றியெல்லாம் அவர்கள் நன்றாக உணர்ந் திருப்பார்கள். முழுமையாக இல்லையெனினும் இயல்பான வாழ்க்கை அவர்களுக்கு சாத்தியம்தான்.

ஆனால், மனநலம் பாதிக்கப்பட்டவர்களுக்கு தங்களின் நிலை குறித்த புரிதல் இருக்காது. தன்னுணர்வு என்பது இருக்காது. உடல் ஊனமுற்றவர்களை விடவும் மனநலம் பாதிக்கப்பட்டவர்கள் வாழ்க்கையில் சந்திக்க வேண்டிய பிரச்னைகள் நிறைய. கொடுமை என்னவெனில் அந்தப் பிரச்னைகள் பற்றிக்கூட அவர்களால் உணர முடியாது.

இன்னும் சொல்லப்போனால், உடல் ஊனமுற்றவர்களை விட மனநலம் பாதிக்கப்பட்டவர்கள்தான் சமுதாயத் தொடர்பு அறுந்துபோன நிலையில், தங்களுக்கென ஒரு உலகத்தில் வாழ்ந்து கஷ்டப்பட்டு வருகிறார்கள்.

இவர்களது பிரச்னைகளைத் தீர்க்கவும், இவர்களுக்கு உதவு வதற்கெனவும் உருவாக்கப்பட்டதுதான் மனநோயாளி களுக்கான தேசிய நிலையம். இதன் தலைமையகம் சிக்கந்தராபாத்தில் அமைக்கப்பட்டுள்ளது. இந்தத் தேசிய நிலையத்துக்கு மூன்று மண்டல நிலையங்களும் உள்ளன. இவை, மும்பை, கொல்கத்தா மற்றும் டில்லியில் அமைக்கப்பட்டுள்ளன.

இந்தத் தேசிய நிலையழும், மண்டல நிலையங்களும், மனநலம் குன்றியவர்களுக்குப் பல்வேறு பயிற்சிகளை அளிக்கின்றன. இவர்களுக்கென மாதிரி பள்ளிக்கூடம் ஏற்படுத்தப்பட்டு கல்வி போதிக்கப்படுகிறது. இதற்கென சிறப்புக் கல்வி பயின்ற ஆசிரியர்கள் இவர்களுக்கு சிறப்புப் பயிற்சி அளிக்கிறார்கள். மேலும், இவர்களுக்குத் தேவை யான மருத்துவச் சிகிச்சையும் அளிக்கப்படுகிறது.

இந்தத் தேசிய நிலையத்தின் முகவரி:

மானோவிகாஸ் நகர்,
பவன்பள்ளி,
சிக்கந்தராபாத்.

மனவளர்ச்சி குன்றியவர்களுக்கான அரசாங்க நிலையங்கள்

மனவளர்ச்சி குன்றியவர்களுக்கு என பல நிலையங்களை அரசாங்கம் அமைத்துள்ளது. இதில் முக்கியமான சில நிலையங்களைக் குறித்துப் பார்க்கலாம்.

சென்னையின் நுழைவாயிலாக அமைந்திருக்கும் தாம்பரம் சானடோரியத்தில் மனவளர்ச்சி குன்றியவர்களுக்கான ஓர் அரசாங்க நிலையம் உள்ளது. இங்கு, 4 வயது முதல் 9 வயது வரையுள்ள குழந்தைகள் சேர்க்கப்படுகின்றன. இவர்களுக்கு தங்குமிடம், உணவு ஆகியவை இலவசமாக வழங்கப்படு கின்றன. மேலும், இந்தக் குழந்தைகளுக்கு இலவசமாக உடையும், சிறப்புக் கல்வியும் கூட அளிக்கப்படுகின்றன.

இங்கு மொத்தம் 75 குழந்தைகள் சேர்க்கப்படுகின்றனர். இவர்களில் 40 பேர் அங்கேயே தங்கி வாழ்கிறார்கள். மற்றவர்கள் வீடுகளிலிருந்து வந்து உதவி பெற்றுச் செல் கிறார்கள். இந்த நிலையம் 1984-ம் ஆண்டு தொடங்கப் பட்டது.

மனநலம் குன்றிய நிலையிலுள்ள பெண்களை, குறிப்பாக வயதுக்கு வந்தவர்களைப் பாதுகாக்கும் நோக்கத்துடன் அரசு பல காப்பகங்களை ஏற்படுத்தியுள்ளது. 1997-ம் ஆண்டில் இத்தகைய காப்பகங்கள் செயல்படத் தொடங்கின. இவை, வேலூர், தஞ்சாவூர், சிவகங்கை, தூத்துக்குடி, மதுரை, சேலம் ஆகிய மாவட்டங்களில் செயல்படுகின்றன. இந்த காப்பகங்கள் ஒவ்வொன்றிலும் சுமார் 30 மனநலம் குன்றிய பெண்கள் சேர்த்துக் கொள்ளப்படுகிறார்கள்.

7

ஊனமுற்றோருக்கு உதவித்தொகை

நிதியுதவி என்ற தலைப்பைப் பார்த்தவுடன் உங்களுக்கு நெருடலாக இருக்கலாம். நிதியுதவி செய்தால் ஊனமுற்றோர் காலம் முழுக்க அதையே சார்ந்து இருக்கும் நிலைக்கு தள்ளப்படுவார்களே என்றும் நீங்கள் யோசிக்கக்கூடும்.

பல நாட்களாகப் பசியில் இருப்பவனை அழைத்து மீன் பிடிக்கக் கற்றுத் தர முடியாது. முதலில் அவன் பசியைப் போக்க வேண்டும். அதன் பிறகுதான் மீன் பிடிக்கக் கற்றுத் தர முடியும். உடல் அளவில் உள்ள குறைபாட் டோடு, பொருளாதாரப் பிரச்னையும் சேர்ந்து கொண்டது எனில் அவர்களால் அடுத்த கட்டத்துக்கு போக முடியாது. அந்த நிலையில் இருப்பவர்களை என்ன சலுகை கொடுத்தாலும் படிக்கவோ, தொழில் பயிற்சி பெறவோ ஊக்கப்படுத்த முடியாது.

அந்த அடிப்படையில்தான் பொருளாதார நிலையில் மிகவும் பின் தங்கியுள்ள

ஊனமுற்றோருக்கு உதவித்தொகை வழங்கும் திட்டத்தை அரசு அறிமுகப்படுத்தியது. அனைத்து மாநிலங்களும் ஊனமுற்றவர்களுக்கு உதவித் தொகையை வழங்கி வருகின்றன. அவற்றில் தமிழ்நாடும் அடக்கம்.

முன்பு, ஊனமுற்றவர்களுக்கு, தமிழக அரசு மாதம் ரூ.200/- வழங்கி வந்தது. இந்த உதவித்தொகை மிகவும் கடுமையாகப் பாதிக்கப்பட்ட ஊனமுற்றோருக்கு வழங்கப்பட்டு வந்தது. 2006-ம் ஆண்டிலிருந்து இந்தத் தொகை ரூ.200/-ல் இருந்து 500 ரூபாயாக உயர்த்தப்பட்டுள்ளது. மாநிலம் முழுவதும், சுமார் 8,400 பேர் இதனால் பயன் பெறுகிறார்கள்.

இனிவரும் காலங்களில், சுமார் 10,000 பேருக்கு ஊனமுற் றோர் உதவித்தொகை வழங்கப்படுமென அறிவிக்கப்பட் டுள்ளது ஒரு மகிழ்ச்சிகரமான செய்தி.

பார்வையற்றோருக்கு நிதி உதவிகள்

கண்பார்வை இல்லாதவர்கள் யாரும் இன்றைக்கு மூலையில் முடங்கிக் கிடப்பதில்லை. அவர்கள் 'பிரெய்லி' முறையில், பார்வையுள்ளவர்களைப் போலவே படிக்கிறார்கள். பட்டம் பெறுகிறார்கள். வேலைக்குப் போகிறார்கள். தொழில் முனைப்புள்ள சிலர் சுயதொழிலிலும் ஈடுபடுகிறார்கள். தொழிலில் ஆர்வமுடைய ஊனமுற்றோருக்கு அரசு நிதி யுதவி தருகிறது.

பார்வையற்றவர்களில் பலரும், இன்று மர நாற்காலிகளில் ஓயர் பின்னும் தொழிலைக் கற்றுக் கொள்கிறார்கள். இதன் மூலம் அவர்களே சுயதொழிலை ஏற்படுத்திக் கொள்ள முடியும். ஒவ்வொரு மாவட்டத்திலும் குறைந்தபட்சம் ஒரு பார்வையற்றவருக்கு, சுயதொழில் துவங்க அரசு உதவி செய்கிறது. இந்தத் திட்டம் 1992-ம் ஆண்டு தொடங்கப்பட்டு, தொடர்ந்து வெற்றிகரமாகச் செயல்படுத்தப்பட்டு வருகிறது.

சட்டக்கல்வி பயின்ற உடல் ஊனமுற்றோருக்கு உதவிகள்

பல்வேறு சிரமங்களுக்கிடையே உடல் ஊனமுற்றோர் படிப்பதே பெரிய விஷயம். இந்த நிலையில், சட்டப்படிப்பு போன்ற உயர்கல்வியைக் கற்று முடிப்பது மிகப்பெரிய

சாதனைதான்! இவ்வாறு, சட்டம் பயின்று முடித்தவர்கள், நீதிமன்றத்துக்குச் சென்று வழக்காடி, தங்கள் தொழிலை நல்லமுறையில் செய்யும் வகையில் அரசு ஆதரவுக் கரம் நீட்டுகிறது.

இவர்கள் படித்த படிப்பை நீதிமன்றத்தில் (வழக்கறிஞர் மன்றத்தில்) பதிவு செய்வதற்காகவும், இவர்களுக்குத் தேவைப்படும் சட்டநூல்கள் வாங்குவதற்காகவும் அரசாங்கம் நிதியுதவி வழங்குகிறது.

இந்தத் திட்டம், 1993-ம் ஆண்டிலிருந்து ஆரம்பிக்கப்பட்டு, இன்றுவரை ஊனமுற்ற பல சட்ட அறிஞர்களுக்கு பெரிதும் உதவி வருகிறது.

ஊனமுற்றோர் அறுவைச் சிகிச்சைக்காக உதவி

சிலரின் ஊனத்தை மருந்துகளால் முழுமையாகக் குணப்படுத்த முடிவதில்லை. பிற சிகிச்சைகளின் மூலமாகவும் சரிசெய்ய முடியாது. ஆனால், சிலருக்கு அறுவைச் சிகிச்சை மூலம் பயன் கிடைக்க வாய்ப்பிருக்கிறது. இவர்களுக்கான அறுவைச் சிகிச்சை செலவை அரசாங்கமே ஏற்றுக்கொள்கிறது.

குறிப்பாக, போலியோ நோயினால், கை-கால் பாதிக்கப் பட்டவர்களுக்கு, முதுகுத் தண்டுவடம் பாதிக்கப்பட்டவர் களுக்கும் அறுவைச் சிகிச்சையினால் ஓரளவு ஊனத்தைச் சரி செய்ய முடியும்.

ஊனமுற்றோருக்கு அறுவைச் சிகிச்சைக்காகும் தொகையை அரசாங்கமே ஏற்றுக்கொள்வதுடன், இத்தகைய அறுவைச் சிகிச்சையினை செய்யும் மருத்துவருக்கும், அவருக்கு உதவி செய்யும் செவிலியர்களுக்கும்கூட ஊக்கத்தொகைகள் வழங்கப்படுகின்றன. இதற்காக ஆண்டுதோறும் அரசாங்கம் நிதி ஒதுக்குகிறது.

ஊனமுற்றோர் சுயதொழில் செய்ய உதவி

ஊனமுற்றவர்களை அரசாங்கம் எந்த நிலையிலும் கைவிடு வதில்லை. ஊனமுற்றோர் சுயதொழில் செய்ய விரும்பி னால், அதற்கும் உதவி செய்கிறது. குறிப்பாக, பெட்டிக்கடை போன்ற சிறுதொழில் செய்ய ஊனமுற்றோருக்கு அரசாங்கம்

மான்யம் வழங்குகிறது. மேலும், பல்வேறு அரசுடைமை ஆக்கப்பட்ட வங்கிகளின் மூலமாக, ஊனமுற்றோர் சுய தொழில் செய்வதற்கு கடன் உதவிகளையும் பெற அரசு வசதி ஏற்படுத்திக் கொடுத்துள்ளது.

இவர்களுக்குத் தேவைப்படும் கடன் தொகையில், மூன்றில் ஒரு பாகம் நிதிஉதவியாக வழங்கப்படுகிறது. பெட்டிக்கடை வைப்பவர்களுக்கு மானியமாக ரூ.5000/- வழங்கப்படுகிறது.

1981-ம் ஆண்டில் தொடங்கப்பட்ட இந்தத் திட்டத்தின் மூலமாக ஆயிரத்துக்கும் மேற்பட்டவர்கள் பயனடைந்திருக் கிறார்கள்.

ஊனமுற்றோரைத் திருமணம் செய்பவருக்கான சலுகைகளும் உதவிகளும்

பூவோடு சேர்ந்த நாரும் மணக்கும் என்பார்கள். அதைப் போல், ஊனமுற்றோருக்கு உதவுகின்றவர்களை ஊக்குவிக்க அரசு பல்வேறு சலுகைகளை வழங்குகிறது. பார்வையற் றோரைத் திருமணம் செய்து கொள்ளும் பார்வையுள்ளவர் களுக்கு திருமண செலவுக்காக ரூ.3000/-, தேசிய சேமிப்பு பத்திரம் மூலம் ரூ.7000/- வழங்கப்படுகிறது.

கை கால்களை இழந்தவர்களைத் திருமணம் செய்து கொள்ளும் ஊனமில்லாதவர்களுக்கும் இதே அளவில் உதவித்தொகை அளிக்கப்படுகிறது. காது கேளாத, வாய் பேசாத ஊனமுற்றோரைத் திருமணம் செய்து கொள்ளும் ஊனமில்லாதவர்களுக்கும் ஊக்கத்தொகை வழங்கப்படு கிறது. மேலும் பாராட்டுச் சான்றிதழும் வழங்கப்படுகிறது. இந்தத் திட்டம், 1987-ம் ஆண்டில் தொடங்கப்பட்டது. முதலில் பார்வையிழந்தவர்களை திருமணம் செய்து கொள்ளும் பார்வையுள்ளவர்களுக்குத்தான் இந்தத் திட்டம் ஆரம்பிக்கப்பட்டது. பின்னர்தான், மற்ற பிரிவினருக்கும் இது விரிவாக்கப்பட்டது.

ஊனமுற்றோர் தொழிற்கல்வி படிக்க மத்திய அரசாங்கத்தின் நிதி உதவி :

ஊனமுற்றோரின் மேற்படிப்புக்கான செலவை அரசே ஏற்கிறது. தொழில்நுட்பம், மருத்துவம், பொறியியல்

போன்ற சுயதொழில் படிப்புகளில் தேர்வு பெற்றவர்களுக்கு அரசாங்கம் உதவித்தொகை வழங்குகிறது. இந்த உதவித் தொகையை மத்திய அரசு வருடந்தோறும் வழங்கி வரு கிறது. இதற்கான விண்ணப்பத்தை பெற ஆங்கிலத்திலோ / ஹிந்தியிலோ கடிதம் எழுத வேண்டும். இதனை அக்டோபர் 15-ம் தேதிக்குள் பெற வேண்டும்.

விண்ணப்பத்தை அரசின் வலைத்தளத்திலிருந்தும் எடுத்து பயன்படுத்திக் கொள்ளலாம். வலைத்தளத்தின் முகவரி.

HTTP://WWW.SOCIALJUSTICE.MIC.IN/

விண்ணப்பம் பெற கடிதம் அனுப்ப வேண்டிய முகவரி.

SHRI. K.N. MISHRA
UNDER SECRETARY (DDIV)
MINISTRY OF SOCIAL JUSTICE & EMPOWERMENT,
ROOM NO. 622, 'A' WING,
SHASTRI BHAWAN, NEW DELHI - 110 001.
TEL NO. 011 - 2307 3703.
EMAIL : mishra.kn@mic.in

ஊனமுற்றோருக்கு உதவும் தன்னார்வ நிறுவனங்களுக்கு மத்திய அரசின் நிதியுதவி:

சமூக சேவையிலும், மக்கள் நலப் பணிகளிலும் பல்வேறு தன்னார்வ நிறுவனங்களும், அமைப்புகளும் செயல்பட்டு வருகின்றன. இவற்றில் சில அமைப்புகள் உடல் ஊன முற்றோருக்காகவே செயல்படுகின்றன. சில அமைப்புகள் மனநலத்துக்கு உதவி வருகின்றன.

இத்தகைய நிறுவனங்களும், அமைப்புகளும் தங்களின் செயல்பாடுகளுக்கு, சுயநிதியை உருவாக்கிக் கொள் கின்றன. இந்தத் தன்னார்வ அமைப்புகளுக்கு அரசும் உதவி செய்து வருகிறது.

இவர்களுக்கான உதவித்தொகை, அந்த நிறுவனத்தின் செயல் பாடுகள், அதன் தன்மை, அதற்கு தேவைப்படும் நிதி ஆதாரம் ஆகியவற்றைப் பொறுத்து மாறுபடும். ஊனமுற்றோருக்கு உதவும் தன்னார்வ நிறுவனங்கள் தங்களது சேவைகளையும், அதற்குத் தேவைப்படும் தேவைகளையும் முறையாகத் தொகுத்து, அதனை அரசாங்கத்திடம் சமர்ப்பிக்க வேண்டும்.

உடல் ஊனமுற்றோருக்கும், மனநலம் பாதிக்கப்பட்டோருக் கும் சேவை செய்து வரும் தன்னார்வ தொண்டு நிறுவனங்கள் / பள்ளிக்கூடங்கள் / இதர அமைப்புகள் ஆகியவற்றை ஊக்கப்படுத்துவதற்காக மத்திய அரசாங்கம் இயன்ற உதவிகளையும், உதவித் தொகையையும், சலுகைகளையும் வழங்கி வருகிறது.

தன்னார்வ நிறுவனங்களின் பல்வேறு நலத்திட்டங்களுக்கு 90% வரை நிதி ஆதாரம் வழங்கப்படுகிறது. கிராமப்புறங் களில் சேவை புரியும் நிறுவனங்களுக்கு 95% நிதி ஆதாரம் வழங்கப்படுகிறது. கட்டிடங்கள் கட்டுவதற்கு ரூ5 லட்சம் வரை நிதியுதவி தரப்படுகிறது.

நமது நாட்டில் தொழுநோயினால் பாதிக்கப்பட்டவர்கள் அதிகம். இங்கு கிட்டத்தட்ட 4.5 லட்சம் மக்கள் தொழு நோயினால் பாதிக்கப்பட்டுள்ளார்கள். தொழுநோயினால் பாதிக்கப்பட்டு ஊனமுற்றோருக்கு உதவும் பல்வேறு தன்னார்வ நிறுவனங்களுக்கும் மத்திய அரசின் நிதியுதவி வழங்கப்படுகிறது.

இதுபோன்றே, மூளைவளர்ச்சி குறைபாடு மற்றும் அறிவுத் திறன் குன்றிய குழந்தைகளுக்கான பல்வேறு விசேஷப் படிப்புகளுக்கும் உதவி வழங்கப்படுகிறது. அந்த படிப்பு களை நடத்தும் விசேஷப் பள்ளிகளுக்கும் நிதி ஆதாரம் தரப் படுகிறது.

உடல் ஊனமுற்றோர், மன வளர்ச்சி குன்றியோர் ஆகி யோருக்காக விசேஷப் பள்ளிகளைத் தொடங்க முயற்சி செய் பவர்களுக்கும் நிதியுதவி அளிக்கப்படுகிறது. இத்தகைய பள்ளி இல்லாத இடங்களில் இதுபோன்ற பள்ளியைத் தொடங்க முயற்சி செய்பவர்களுக்கு அதில் முன்னுரிமையும் வழங்கப்படுகிறது.

8

பயணம் சுகமே

மக்கள் தொகை அதிகமாக உள்ள நமது நாட்டில், சாதாரண நிலையில் இருப்பவர்கள் பயணம் செய்வதே சர்க்கஸ் வித்தையைப் போன்றதுதான். பஸ், ரெயில் எதுவாக இருந்தாலும் கூட்ட நெரிசலில் விழி பிதுங்கி வீடோ அல்லது அலுவலகமோ வந்து சேர்வதற்குள் பல்வேறு சாகசங்களைச் செய்ய வேண்டியிருக்கும். இந்நிலையில், ஊனமுற்றோர் பயணச் செய்வதைப் பற்றிக் கற்பனை செய்துகூட பார்க்க முடியவில்லை.

அதனால்தான் பஸ், ரயில் உட்பட அனைத்து வாகனங்களிலும் ஊனமுற்றோருக்கு என பல்வேறு வசதிகள் செய்யப்பட்டுள்ளன. டவுன் பஸ் எனப்படும் உள்ளூர் பேருந்து களில் தொடங்கி, நீண்ட தூரம் பயணிக்கும் பேருந்துகளிலும், ஊனமுற்றோருக்கென தனி இருக்கைகள் அமைக்கப்பட்டுள்ளன.

தனியார் பேருந்துகளிலும் ஊனமுற் றோருக்கு தனி இருக்கை வசதி ஏற்படுத்தப்

பட்டுள்ளது. போலியோவினால் பாதிக்கப்பட்டோர், விபத்தினால் கால் பாதிப்படைந்தோர் என யாராக இருந்தாலும், பஸ் பயணத்தில் கஷ்டப்பட்டு நிற்க வேண்டிய அவசியமில்லை. அந்த இருக்கையில் ஊனமில்லாதவர்கள் அமர்ந்திருந்தாலும், பேருந்து நடத்துனரிடம் சொல்லி தங்கள் உரிமையைப் பெற்று அமர்ந்து கொள்ளலாம்.

பேருந்தில் பயணம் செய்பவர்களுக்கான சலுகைகள்

ஊனமுற்றோர், ரயிலில் பயணம் செய்ய, பல்வேறு சலுகை களை அரசாங்கம் அறிவித்துள்ளது. அதுபோன்றே, பஸ் பயணம் செய்பவர்களுக்கென பல்வேறு சலுகைகளை அரசாங்கம் வழங்கியுள்ளது.

கண்பார்வையிழந்தவர்கள், எந்தவித நிபந்தனையும் இல்லாமல், 100 கி.மீ. தூரம் வரை அரசுப் பேருந்துகளில் இலவசமாகப் பயணம் செய்யலாம். வேறு வகையான உடல் ஊனமுற்றோர், பேருந்தில் பயணிக்க சில நிபந்தனைகள் விதிக்கப்பட்டுள்ளன. குறிப்பாக, வேலைக்கு செல்வதற்கு, அல்லது பயிற்சி பெறுவதற்கு அல்லது சிகிச்சைக்காக மருத்துவமனைக்கு செல்வதற்கு இவர்கள் இந்த சலுகை யினைப் பயன்படுத்திக் கொள்ள முடியும்.

மேலும், பார்வையற்றவர்கள் மற்றும் பிற வகைகளில் ஊன முற்றோர் தங்களின் பணியிடத்திலிருந்து சொந்த ஊருக்குப் போய்வர, அரசு விரைவுப் பேருந்துகளில் இலவச பாஸ் தரப் படுகிறது.

இந்தச் சலுகைகளைப் பெற, பார்வையிழந்தவர்களும், ஊனமுற்றோரும், உரிய மருத்துவரின் சான்றிதழைப் பெற்று, பேருந்து நிலையப் பொறுப்பாளரை அணுக வேண்டும். இதன்மூலம், முன்கூட்டியே பயணச்சீட்டைப் பெற்று இவர் கள் பயணம் செய்ய முடியும்.

இந்தத் திட்டம் 1997-ம் ஆண்டிலிருந்து செயல்படுத்தப்பட்டு வருகிறது.

ரயில் நிலையங்களில் ஊனமுற்றோருக்கான வசதிகள்

ஊனமுற்றோர்களை மனத்தில் கொண்டு ரயில்வே நிர்வாகமும் பல்வேறு வசதிகளை செய்து வருகிறது. அதில் தற்போது

அறிவிக்கப்பட்டுள்ள வசதிகள், ஊனமுற்றோருக்கும், அவர்களை ரயில் நிலையங்களுக்கு அழைத்து வரும் உறவினர் களுக்கும் பெரிதும் உதவக்கூடியவை; பயன்தரக் கூடியவை எனலாம்.

இனி என்னென்ன வசதிகளை ரயிலில் பயணம் செய்யும் ஊனமுற்ற பயணிகளுக்கு ரயில் நிர்வாகம் செய்து தந்துள்ளது என்பதைப் பார்க்கலாம்.

சறுக்குப் பாதைகள்

உடல் ஊனமுற்றோரால் படியேறி ஒரு பிளாட்ஃபாரத்தி லிருந்து மற்றொரு பிளாட்ஃபாரத்துக்கு செல்வது மிகவும் சிரமம். எனவே, இவர்களைக் கொண்டு செல்ல சறுக்குப் பாதைகள் (ரேம்ப்) அமைக்கப்பட உள்ளன. குறிப்பாக, சென்னையிலுள்ள செண்டிரல் மற்றும் எழும்பூர் ரயில் நிலையங்களில் இந்த வசதிகள் செய்யப்பட உள்ளன.

ஓய்வறை வசதிகள்

பொதுவாக, ரயில் நிலையங்களில் பயணிகள் ரயிலில் பயணம் செய்யும்வரை ஓய்வெடுக்க ஓய்வறைகள் உள்ளன. ஆனால், இவையெல்லாம் ஊனமில்லாதவர்கள் வசதிக்கு ஏற்பவே அமைக்கப்பட்டிருக்கும். இதன் காரணமாக ஊனமுற்றவர்கள் இங்கு ஓய்வெடுக்க, அமர சிரமப்படுவார் கள். எனவே, ஊனமுற்றவர்கள் அமரவும், ஓய்வெடுக்கவும் வசதியாக இருக்கைகள் இங்கு அமைக்கப்பட உள்ளன.

சக்கர நாற்காலிகள்

ஊனமுற்றோர்களை (கால் இழந்தவர்கள், நடக்க முடியாத வர்கள்) அழைத்துச் செல்லப் பயன்படும் சக்கர நாற்காலி களை போதுமான அளவு ரயில் நிலையங்களில் வைக்க, ரயில்வே நிர்வாகம் முயற்சி செய்து வருகிறது. மேலும், இவ்வகை நாற்காலிகளை மடக்கி எடுத்துச் செல்லுமளவுக்கு இவை வடிவமைக்கப்பட்டுள்ளது பாராட்டத்தக்க ஒன்று.

சிறப்புப் பெட்டிகள்

ரயிலில் பயணம் செய்யும்போது, ஊனமுற்றோர், பொது வான பெட்டிகளில் இருக்கவும், படுக்கவும், அமர்ந்து

சாப்பிடவும் சிரமப்படுவார்கள். இதன் காரணமாக அவர்களுக்கென சிறப்புப் பெட்டிகளை ரயிலில் இணைக்க வும் ரயில்வே நிர்வாகம் முடிவு செய்துள்ளது. இந்தத் தனிப் பெட்டிகள் ஊனமுற்றோர் எளிதாக பயணம் செய்யும்படி வடிவமைக்கப்பட்டிருக்கும். இந்தப் பெட்டியில் இருக்கை கள், உயரம் குறைவாகவும், அகலமாகவும் அமைக்கப்பட் டிருக்கும். இதன் காரணமாக இவர்கள் அதில் எளிதாக அமர்ந்து சிரமமில்லாமல் சௌகரியமாக பயணிக்க முடியும்.

பேட்டரி கார்கள்

ஊனமுற்றோர் ரயில் நிலையத்திலிருக்கும் போதும், பயணத்தின் போதும் சிரமப்படாமல் செல்வதற்கு வசதிகள் செய்யப்பட்டதுபோல், ரயில் நிலையத்திலிருந்து ரயில் பெட்டிகளுக்கு செல்வதற்கும் தேவையான ஏற்பாடுகள் செய்யப்பட்டுள்ளன.

இவர்களை, ரயில் பெட்டி வரை கொண்டு செல்ல சிறிய கார்கள் தயாரிக்கப்பட உள்ளன. இந்தக் கார்கள் பேட்டரி யினால் இயக்கப்பட உள்ளவை. பேட்டரி காரில் ஒரே நேரத்தில் 6 பேர் உட்கார்ந்து செல்லலாம்.

இந்தப் பேட்டரி கார்கள், ஊனமுற்றோரை ரயில் நிலையத் தின் வாசலில் இருந்து ரயில் பெட்டி வரை கொண்டு செல்ல வும், ரயில் பெட்டியிலிருந்து ரயில் நிலையத்தின் வாசல் வரை கொண்டு சேர்க்கவும் பயன்படப் போகின்றன.

ரயிலில் பயணம் செய்யும் ஊனமுற்றோர்களும், அவர்களை அழைத்துச் செல்லும் உறவினர்களும் மேற்கூறிய வசதிகளை பயன்படுத்திக் கொள்ளலாம். இதுகுறித்த விபரங்களை மேலும் தெரிந்துகொள்ள சம்பந்தப்பட்ட ரயில் நிலையத்தின் நிர்வாகத்தினரையும், ரயில்வே நிலையத்திலுள்ள தகவல் தருபவரையோ தொடர்பு கொள்ளலாம்.

பேட்டரி காரில் பயணிக்க விரும்பும் ஊனமுற்றோர் பேட்டரி காரை இயக்கும் டிரைவரை செல்போனில் தொடர்பு கொள்ளலாம். இவ்வாறு பேட்டரி காரை இயக்கும் டிரைவரின் செல்போன் எண்கள் ரயில் நிலையத்தின் பல்வேறு இடங்களிலும் பெரிதாக எழுதப்பட்டு தொடங்கி விடப்பட்டிருக்கும்.

ஊனமுற்றோர் ரயிலில் சிரமமின்றி பயணம் செய்யத் தேவை யான வசதிகளை ஏற்படுத்திக் கொடுப்பதோடு அரசு நின்று விடவில்லை. பயணத் தொகையிலும் பல்வேறு சலுகை களைக் கொடுத்து ஊனமுற்றோரை மகிழ்ச்சிக் கடலில் ஆழ்த்தியிருக்கிறது.

இந்த சலுகைகள், உடல் ஊனமுற்றவருக்கு மட்டும்தான் என்று பலரும் நினைத்துக் கொண்டிருக்கிறார்கள். ஆனால், மனநிலை பாதிக்கப்பட்டவர்கள்கூட இவற்றைப் பெறலாம்.

யாரெல்லாம் இந்தச் சலுகைகளைப் பெறலாம்?

★ கை அல்லது காலை முழுமையாகப் பயன்படுத்த முடியாதவர்கள்.

★ பார்வையிழந்தவர்கள். (முழுமையான பார்வையிழப்பு உள்ளவர்கள்)

★ வாய் பேச முடியாதவர்கள்.

★ செவி பாதிப்பு ஏற்பட்டு கேட்க முடியாதவர்கள்.

★ மனநலம் பாதிக்கப்பட்டு மனநோய்க்கு ஆட்பட்ட வர்கள்.

ஊனமுற்றோருக்கான சான்றிதழ் யாரிடம் பெற வேண்டும்?

ஊனமுற்றோர் இந்தச் சலுகையைப் பெற வேண்டுமெனில், முதலில் அரசாங்க மருத்துவரை அணுக வேண்டும். அவர் சம்பந்தப்பட்டவரைப் பரிசோதனை செய்து, எந்த வகை ஊனத்தால் பாதிப்பு ஏற்பட்டிருக்கிறது, அதனால் என்னென்ன இயலாமை உள்ளது போன்ற பல விவரங்களைக் குறிப்பிட்டு ஒரு சான்றிதழ் வழங்குவார்.

இதேபோன்ற சான்றிதழை ஊனமுற்றோர் பள்ளி, நிறுவனங் களிடமிருந்தும் பெறலாம். இந்தச் சான்றிதழும், மருத்துவ ரின் பரிசோதனைக்குப் பிறகே தரப்படும்.

மருத்துவத் துறையில், எலும்பியல், முடநோக்குயியல் மருத்துவ நிபுணர்கள் பெரும்பாலும், உடல் ஊனத்துக்கு சான்றிதழ் தருவார்கள். இதுபோன்றே கண் மருத்துவ நிபுணர், பார்வையிழந்தவர்களுக்கும், காது-மூக்கு-

தொண்டை நிபுணர், செவி கேளாமைக்கும், பேச முடியாத வர்களுக்கும் சான்றிதழ் வழங்குவார்கள்.

இந்தச் சான்றிதழில், ஊனமுற்றோரின் புகைப்படமும் ஒட்டப்பட்டிருக்க வேண்டும். இவ்வாறு பெற்ற சான்றிதழை மிகவும் பத்திரமாக வைத்திருக்க வேண்டும்.

கட்டணச் சலுகையைப் பெற விரும்புபவர்கள், ரயில் நிலையத்தில், டிக்கெட்டை முன்பதிவு செய்யப் போகும் போது, இந்தச் சான்றிதழை கொண்டு செல்ல வேண்டும்.

இந்தச் சான்றிதழைக் கொண்டு வரும் ஊனமுற்றவர்களுக்கு முதல் வகுப்பு, இரண்டாம் வகுப்புக்கான பயணக் கட்டணத் தொகையில் (அடிப்படைக் கட்டணத்தில்) 75% கழிவு வழங்கப்படுகிறது. ஆனால், உயர்வகுப்பு கட்டணம் மற்றும் ரிசர்வேஷன் கட்டணங்கள் குறைக்கப்படுவதில்லை.

முதல் வகுப்பில், குளிர்சாதன வசதியுடன் பயணம் செய்ய விரும்பினால், அதில் 50% கட்டணச் சலுகை தரப்படுகிறது.

பயணத்தின்போது...

டிக்கெட்டை வாங்கிவிட்டோமே, இனிமேல் சான்றிதழ் எதற்கு என்று அதை அலட்சியமாக போட்டு விடக்கூடாது. ரயிலில் பயணம் செய்யும்போதும், ஊனமுற்றோர் இந்தச் சான்றிதழை வைத்திருக்க வேண்டும். பரிசோதகர் பரிசோதனைக்கு வரும்போது, அதைக் காண்பிக்க வேண்டும்.

உடல் ஊனத்தினால் பாதிக்கப்பட்டிருந்தாலும், மன ஊனத்துக்கு ஆட்பட்டிருந்தாலும், ஊனமுற்றோரால் தனியாகப் பயணம் செய்வது கஷ்டம். அவர்களுக்கு உதவி செய்யும் பொருட்டு, அவருடன் பயணம் செய்யும் நபருக்கும் ரயில்வே கட்டணத்தில் சலுகை வழங்கப்படுகிறது.

9

விசேஷ விளையாட்டுகள்

உற்சாகத்தையும், சந்தோஷத்தையும் கொடுக்கக்கூடிய வாழ்க்கை அம்சங்களுள் முக்கியமானது விளையாட்டு. விளையாட் டின் மூலமாக நம் உடல் நலம் மட்டுமல்ல, மன நலமும் ஆரோக்கியமாக இருக்கும்.

இயலாமையைக் காரணம் காட்டி கல்வி, வேலை ஆகியவற்றில் ஒதுக்கப்பட்டது போலவே விளையாட்டுத் துறையிலும் ஊனமுற்றோர் ஒதுக்கப்பட்டனர். இந்த நிலையும் இன்றைக்கு வெகுவாக மாறியிருக் கிறது.

உடல் ஊனத்தாலும், இயலாமையாலும் பொதுவாகவே ஊனமுற்றோர் மன இறுக்கத் துடனும், தாழ்வு மனப்பான்மையுடனும் இருப்பார்கள். சாதாரண நிலையில் உள்ள வர்களே, விளையாடுவதன் மூலமாக மன இறுக்கமும், டென்ஷனும் குறைந்து ரிலாக்ஸ் ஆகிறார்கள் எனில், ஊனமுற் றோருக்கு விளையாட்டின் விளைவாக

எத்தகைய புத்துணர்ச்சி கிடைக்கும் என்பதைச் சொல்லிப் புரிய வேண்டியதில்லை.

விளையாடுவதன் மூலமாக ஊனமுற்றோரின் மன இறுக்கம் பெருமளவு குறையும். தாழ்வு மனப்பான்மை நீங்கி, நாமும் மற்றவர்கள் போல்தான் என்கிற எண்ணமும், நம்பிக்கையும் ஏற்படும். அதோடு, நம்மிடமும் ஒரு திறமை இருக்கிறது என்பதை அவர்களே புரிந்துகொள்ள ஒரு வாய்ப்பாகவும் அமையும்.

இந்த அடிப்படையில்தான் ஊனமுற்றோர்களை உற்சாகப் படுத்தவும், ஊக்கமளிக்கவும் பல்வேறு விளையாட்டுப் போட்டிகள் உலகம் முழுக்க நடத்தப்படுகின்றன. இனி இது குறித்து கொஞ்சம் தெரிந்துகொள்ளலாம்.

சர்வதேச விளையாட்டுப் போட்டிகள்

விசேஷ ஒலிம்பிக் போட்டிகள் :

ஐந்து வருடத்துக்கு ஒரு முறை நடக்கும் ஒலிம்பிக் போட்டி கள் பத்தி உங்களுக்குத் தெரியும். அது போன்றே, ஊனமுற்ற வர்களுக்கென விசேஷ ஒலிம்பிக் போட்டிகள் ஆண்டு தோறும் நடத்தப்படுகின்றன. இப்போட்டிகளில் உலகம் முழுவதும் உள்ள ஊனமுற்றோர் ஆர்வமாகப் பங்கேற் கிறார்கள்.

மனநிலை பாதிக்கப்பட்டவர்களுக்காக நடத்தப்படும் இந்தப் போட்டிகளுக்கான அடிப்படை வேலைகள் 1960-ம் ஆண்டி லேயே உருவானது. என்றாலும், 1968-ம் ஆண்டுதான் அமெரிக்காவிலுள்ள சிகாகோ நகரில் முதன் முதலில் விசேஷ ஒலிம்பிக் போட்டிகள் தொடங்கப்பட்டன.

ஒலிம்பிக்கைப் போலவே இதிலும் பல்வேறு விளையாட்டு கள் உண்டு. ஆனால், மனநிலை பாதிக்கப்பட்டவர்களுக்காக விதிமுறைகள் மாற்றி அமைக்கப்பட்டுள்ளன. போட்டிகளில் வெற்றி பெறுபவர்களுக்கு பதக்கங்கள் வழங்கப்படுகின்றன.

பாரா ஒலிம்பிக் போட்டிகள்:

மன ஊனமுற்றோருக்கு விசேஷ ஒலிம்பிக் போட்டிகள் நடத்தப்படுவது போல், உடல் ஊனமுற்றவர்களுக்காகவும்

விசேஷ பாரா ஒலிம்பிக் போட்டிகள் நடத்தப்படுகின்றன. மேலும், காது கேளாதவர்களுக்கென சிறப்பு போட்டிகளும் நடத்தப்படுகின்றன. இவர்களுக்கென விசேஷ பயிற்சிகளும் அளிக்கப்படுகின்றன.

கோடை ஒலிம்பிக் போட்டிகள், குளிர்கால ஒலிம்பிக் போட்டிகள் என இரண்டு பிரிவுகளாக இவை நடத்தப்படு கின்றன. பாரா ஒலிம்பிக் என்பது நான்கு வருடங்களுக்கு ஒருமுறை நடத்தப்படுகிறது.

இதுபோன்ற போட்டிகளில் ஊனமுற்றோர் கலந்து கொள்ளும்போது, பல்வேறு நாடுகளிலிருந்து வரும் ஊன முற்றோரோடு கலந்து பழக முடியும். பிற நாட்டில் உள்ள ஊனமுற்றோர், தங்களின் ஊனத்தை எப்படி எதிர்கொள் கிறார்கள் எனத் தெரிந்துகொள்ள முடியும். தங்களைப் போலவே இருப்பவர்களோடு பழகுவதால் அவர்களின் தனிமை உணர்வு குறையும். மன இறுக்கம் விலகும்.

இவர்கள் போட்டிகளில் வெற்றி பெற வேண்டும் என்கிற அவசியம் கூட இல்லை. போட்டிகளில் கலந்து கொள்வத னாலேயே, வாழ்க்கையில் நம்பிக்கை அதிகரிக்கும். 'நமக்கு மட்டும்தான் இப்படி குறைபாடு இருக்கிறது' என்கிற எதிர் மறை எண்ணம் மாறி, குறைபாட்டோடு வாழ்ந்து காட்டுகிற உத்வேகமும் உருவாகும்.

எனவே, ஊனமுற்றோரை, அவர்களின் நண்பர்களும், உறவினர்களும் இதுபோன்ற விளையாட்டுகளில் ஈடுபட உற்சாகப்படுத்த வேண்டும்.

கண் பார்வையற்றவருக்கான கிரிக்கெட் போட்டிகள்:

இந்தப்போட்டிகள் நமது நாட்டில் நடப்பதுடன், கிரிக்கெட் விளையாடும் நாடுகளுக்கிடையேயும் நடத்தப்படுகின்றன.

10

விருதுகளே வைட்டமின்கள்

சலுகைகள், நிதி உதவிகள் போன்றவை புற வாழ்வின் சவால்களோடு போராடுவதற்கு மட்டுமே பயன்படும். அக வாழ்க்கையில் மகிழ்ச்சி வர வேண்டுமெனில் வேறு வகை யான ஊக்கமும், அங்கீகாரமும் தேவைப் படும்.

நாம் செய்கிற வேலைக்கோ அல்லது சேவைக்கோ அதிக அளவு பணம் கிடைக் கிறது; ஆனால், உரிய அங்கீகாரம் கிடைக்க வில்லை என்றால் நம்மால் தொடர்ந்து அந்த வேலையைச் செய்யமுடியாது. அங்கீகாரம் என்பது அவ்வளவு முக்கியம். குறிப்பாக, விருதுகள் மூலமாகக் கிடைக்கும் அங்கீகாரம், அபரிதமான உத்வேகத்தையும், இதை விட இன்னும் நன்றாகச் செயல்பட வேண்டும் என்கிற உற்சாகத்தையும் தரும்.

இந்தக் கருத்துக்களை மனத்தில் கொண்டு தான், ஊனமுற்றோருக்கும், அவர்களுக்கு உதவுகின்றவர்களுக்கும் அரசாங்கம் பல

விருதுகளை வழங்கி சிறப்பிக்கிறது. இவற்றில் மூன்று வகைகள் இருக்கின்றன.

அ. மாநில அரசு வழங்கும் விருதுகள்

ஆ. மத்திய அரசு வழங்கும் விருதுகள்

இ. தனியார் நிறுவனங்கள் மற்றும் தன்னார்வ தொண்டு நிறுவனங்கள் வழங்கும் விருதுகள்.

ஊனமுற்றோருக்கான மாநில விருதுகள் :

ஊனமுற்ற நிலையிலும், தன்னம்பிக்கையுடன் செயல்பட்டு, வாழ்வில் முன்னேறியவர்கள், பிறருக்கு அரிய பணிகளை செய்தவர்கள் ஆகியோருக்கு தமிழக அரசு ஒவ்வோர் ஆண்டும் மாநில விருதை வழங்கிக் கௌரவிக்கிறது. மேலும், ஊன முற்றோருக்கு உதவும் தனிநபர் மற்றும் நிறுவனங்களுக்கும் கூட மாநில அரசு விருதுகளை வழங்கி சிறப்பிக்கிறது.

ஊனமுற்றோருக்கான விருதுகள்

இலட்சுமிகாந்தம் அம்மாள் விருது:

ஆண்டுதோறும் வழங்கப்படும் இந்த விருது, பார்வை யற்றவர்களுக்கானது. பார்வையிழந்த நிலையிலும், படித்து, முன்னேறிய சிறந்த மாணவருக்காக இது வழங்கப்படுகிறது. இதில் ஒரு சான்றிதழும், ரொக்கப்பணமாக ரூ.1200/-ம் அடங்கி இருக்கும்.

ஊனமுற்றவர்களை மட்டும் பாராட்டி விருது வழங்கினால் போதுமா? ஊனமுற்றவர்களின் நலனுக்காகச் சேவை செய்கிற, அவர்களின் மேம்பாட்டுக்காக உழைக்கிற தனி நபர்களுக்கும் அங்கீகாரம் கிடைத்தால்தானே அவர்களும் தங்களின் பணியை உற்சாகமாகத் தொடரமுடியும். அந்த அடிப்படையில் வழங்கப்படும் விருதுகளை இனி பார்க்கலாம்.

ஊனமுற்றோருக்கு வேலை வாய்ப்பளிப்பவர்களுக்கான விருது:

ஊனமுற்றோரை ஊக்குவித்து, அவர்களுக்கு வேலை வாய்ப்பளித்து உதவுகின்ற நிறுவனங்களுக்கென விருது வழங்கப்படுகிறது. குறிப்பாக, அதிகஅளவு ஊனமுற்றோரை

பணியில் சேர்த்து ஊக்குவிக்கும் தொழிலதிபர்களுக்கு இந்த விருது வழங்கப்படுகிறது. இந்த விருதில், ஒரு சான்றிதழும், 10 கிராம் எடையுள்ள தங்கப்பதக்கமும் அடக்கம். இந்த விருது ஆண்டுதோறும் வழங்கப்படுகிறது.

ஊனமுற்றோருக்குக் கல்வி புகட்டும் ஆசிரியருக்கான விருது:

ஊனமுற்றவர்களுக்கு கல்வி கற்பிப்பதற்கென சிறப்பு ஆசிரியர் கல்வி மற்றும் பயிற்சிகள் உள்ளன. இதற்கென தனியான கல்விக்கூடங்களும் உள்ளன. இந்த கல்விக் கூடங்களுக்கு, மத்திய ஊனமுற்றோர் மறுவாழ்வு மையம் அங்கீகாரம் அளித்துள்ளது. அங்கு வழங்கப்படும் படிப்பையும் அங்கீகாரம் செய்துள்ளது.

இத்தகைய சிறப்பு படிப்புகளை கற்றுத் தேர்ந்த ஆசிரியர்கள், ஊனமுற்றோருக்கு படிப்பு சொல்லித் தருகிறார்கள். கண் ணிழந்தவர்கள், காது கேளாதவர்கள், பேச முடியாதவர்கள் என ஒவ்வொருவருக்கும் இத்தகைய சிறப்பு கல்வி அளிக்கப் படுகிறது. இந்தப் பணி சாதாரணமானது அல்ல. ஊன முற்றோருக்கு கல்வி கற்பிப்பது எளிதானதும் அல்ல. பொறுமையும், மிகுந்த சிரத்தையும் தேவைப்படுகிற பணி இது. ஊனமுற்றோர் கல்வி கற்று உயர்வதற்கு, இந்த ஆசிரியர்களின் பணி மிக மிக அவசியமானது.

இத்தகைய ஆசிரியர்களின் சேவையை மனத்தில் கொண்டு அவர்களுக்கு, 'சிறந்த ஆசிரியருக்கான விருது' வழங்கப்படு கிறது. இந்த விருதில், ஒரு சான்றிதழ் மற்றும் 10 கிராம் எடை கொண்ட தங்கப்பதக்கம் ஆகியவை அடக்கம்.

சிறந்த நிறுவனத்துக்கான விருது:

ஊனமுற்றோர்களின் வாழ்வுக்காகப் பாடுபடுகின்ற நிறுவனங்களை பாராட்டி வழங்கப்படுகின்ற விருதாகும் இது. இந்த விருதில், ஒரு சான்றிதழும், 10 கிராம் எடை கொண்ட தங்கப்பதக்கமும் வழங்கப்படுகிறது.

ஊனமுற்றோர் நலனுக்காக பணியாற்றிய ஆட்சித்தலைவருக் கான விருது:

ஊனமுற்றோர் நலனை நன்கு மனத்தில் கொண்டு அவர் களுக்காக திட்டமிட்டு, பல்வேறு திட்டங்களை சிறப்பாக

செயல்படுத்துகின்ற மாவட்ட ஆட்சித்தலைவர்களில் சிறந்த ஒருவருக்கு ஆண்டுதோறும் விருது வழங்கப்படுகிறது. இந்த விருதில், ஒரு சான்றிதழும், 10 கிராம் எடைகொண்ட ஒரு பதக்கமும் இருக்கும்.

ஊனமுற்றோர் நலனுக்கு சேவை செய்த மருத்துவருக்கான விருது:

ஒவ்வொரு ஆண்டும், ஊனமுற்றோர் நலனுக்காக சேவை செய்யும் மருத்துவர்களுக்கென ஒரு விருது வழங்கப் படுகிறது. இந்த விருதில், ஒரு சான்றிதழும், 10 கிராம் எடை கொண்ட ஒரு பதக்கமும் இருக்கும்.

ஊனமுற்றோர் நலனுக்கு சிறப்பாகப் பணி புரியும் சமூகப் பணியாளருக்கான விருது:

ஊனமுற்றோர் நலனுக்காக சிறப்பாகப் பணிபுரிகின்ற தன்னார்வ சமூகப்பணியாளர்களுக்கு ஆண்டுதோறும் 'சமூகப் பணியாளருக்கான விருது' வழங்கப்படுகிறது. இந்த விருதில் ஒரு சான்றிதழும், 10 கிராம் எடை கொண்ட ஒரு பதக்கமும் வழங்கப்படுகிறது.

மகளிர் நலத்துக்காகச் சேவை செய்யும் நிறுவனத்துக்கான விருது:

ஊனமுற்ற மகளிர் நலத்துக்காக சேவை செய்யும் நிறுவனத் துக்காகவும் ஒரு விருது வழங்கப்படுகிறது. இந்த விருதில், ஒரு சான்றிதழும், 10 கிராம் எடை கொண்ட பதக்கமும் வழங்கப்படுகிறது.

இந்த விருதுகள், ஒவ்வோர் ஆண்டும், சுதந்திர தின விழாவன்று வழங்கப்படுகின்றன.

மேலும், சர்வதேச ஊனமுற்றோர் தினமான டிசம்பர் 3-ந் தேதி கீழ்க்காணும் விருதுகள் வழங்கப்படுகின்றன.

★ ஊனமுற்றோருக்கு அதிக அளவில் வேலை வாய்ப் பளித்த தொழிலதிபருக்கான விருது.

★ ஊனமுற்றோருக்கு சேவை செய்பவருக்கான மிகச் சிறந்த பணியாளர் விருது.

★ ஊனமுற்றோருக்கு கற்பிப்பதில் மிகச்சிறந்த ஆசிரியருக் கான விருது.

★ சிறந்த நிறுவனத்துக்கான விருது.

★ இலட்சுமிகாந்தம் அம்மாள் விருது

அ. ஊனமுற்றோரில் சிறந்த பணியாளர் விருது

ஊனமுற்ற நிலையில் கூட, வேலையில் சேர்ந்து அங்கு நல்லமுறையில் வேலை செய்து, உரிய பணிகளை வேகமாக முடித்து, பெயர் வாங்கும் திறன் சிலரிடம் உண்டு. இவ்வாறு, சிறப்பான முறையில் பணியாற்றும் ஊனமுற்றோர், 'சிறந்த பணியாளர்களாக' தேர்ந்தெடுக்கப்பட்டு விருதுகள் வழங்கப்படுகின்றன.

இந்த விருதில், ஒரு சான்றிதழும், 10 கிராம் எடையுள்ள தங்கப்பதக்கமும் அடங்கும்.

ஆ. ஊனமுற்றோருக்கான தேசிய விருதுகள்

தேசிய அளவிலும் ஆண்டுதோறும் ஊனமுற்றோருக்கான விருதுகள் பல்வேறு பிரிவுகளில் வழங்கப்படுகின்றன.

ஊனமுற்ற பணியாளர்கள், ஊனமுற்றோரை மிக அதிக அளவில் பணியமர்த்தும் நிறுவனம், ஊனமுற்றோரை அதிக அளவில் பணியமர்த்திய அலுவலர், ஊனமுற்றோருக்குச் சிறந்த மறுவாழ்வு உதவிகள் வழங்கும் நிறுவனம், திறன்மிகு ஊனமுற்ற சிறார்கள், ஊனமுற்றோருக்கு உதவும் மருத்துவர், ஊனமுற்றோர் நல்வாழ்வுக்கு புதிய கண்டுபிடிப்புகளைக் கண்டுபிடித்தவர்கள் போன்ற பல்வேறு பிரிவுகளில் இந்த விருதுகள் வழங்கப்படுகின்றன.

இந்தியாவிலேயே, தமிழகத்தைச் சேர்ந்த பல தனிநபர் களும், நிறுவனங்களும்தான் அதிக அளவு தேசிய விருதைப் பெற்றுள்ளனர்.

ஏனென்றால், இங்கு ஊனமுற்றோருக்கு உதவும் நபர்களும், நிறுவனங்களும் அதிகம். இராமநாதபுர மாவட்டம் இந்தியா விலேயே ஊனமுற்றோர் நலவாழ்வுக்கு அதிகளவு உதவி செய்து சிறப்பாகச் சேவை புரிந்த மாவட்டமாக தேர்ந் தெடுக்கப்பட்டுள்ளது குறிப்பிடத்தக்கது.

இ. எபிலிலிட்டி கெவின்கேர் விருது

இந்த விருதை, எபிலிலிட்டி என்ற அறக்கட்டளையும், கெவின் கேர் என்ற நிறுவனமும் இணைந்து வழங்குகின்றன. இவை, 'எபிலிலிட்டி கெவின்கேர் விருது' என்றழைக்கப்படுகிறது.

இந்த விருதில், பாராட்டுப் பத்திரம், ரொக்கப் பரிசு மற்றும் விருதுக்கான கேடயம் ஆகியவை வழங்கப்படுகின்றன. இந்த விருது, ஒவ்வொரு வருடமும் மூன்று பேருக்கு வழங்கப்படுகிறது.

ஊனமுற்ற நிலையிலும், பிறருக்கு உதவி செய்பவர்களுக்கு குறிப்பாக, ஊனமுற்ற பிறருக்கு உதவுகின்றவர்களுக்கு, அவர்களின் சேவையைப் பாராட்டி இந்த விருது வழங்கப் படுகிறது. மேலும், ஊனமுற்ற நிலையிலும், அதற்காக சோர்ந்து விடாமல், தன்னம்பிக்கையுடன் போராடி, படித்து வாழ்வில் முன்னேறி, ஊனமில்லாதவர்களுக்கும் ஒரு முன்னு தாரணமாக இருப்பவர்களுக்கும் இந்த விருது வழங்கப் படுகிறது.

இந்த விருதுக்கான விளம்பரச் செய்தி தினசரிகளில் வெளி யாகும். இதனை, ஊனமுற்றவர்களின் உறவினர்கள் பார்த்து இந்த விருதுக்கு விண்ணப்பிக்கலாம்.

11

அவசியம் அடையாள அட்டை

உலக அளவில் ஊனமுற்றோர்

இன்று உலகமெங்கும் ஊனத்தால் பாதிக்கப் பட்டவர்களின் எண்ணிக்கை எவ்வளவு தெரியுமா?

600 மில்லியன்!

அதாவது 60 கோடி மக்கள்!

இன்னொரு வகையில் சொல்வதானால், இன்றைய மக்கள் தொகையில் *10%* பேர் உடல் ஊனமுற்றவர்கள்தான். இவ்வாறு ஊனமுற்ற *60* கோடி பேரில், *80%* பேர் வளரும் நாடுகளிலேயே வாழ்கின்றனர் என்பது குறிப்பிடத்தக்கது.

அவர்கள் ஆரோக்கியமாகவும், பிற மக்களைப்போல் இயல்பாகவும் வாழ்வதற் கான சூழ்நிலையை உருவாக்க வேண்டிய மிகப்பெரிய பொறுப்பு ஒவ்வொரு நாட்டின் அரசாங்கத்துக்கும் உள்ளது.

இந்தியாவில் ஊனமுற்றோர்

ஊனமுற்றோர்களைப் பொதுவாக இரண்டு முக்கியப் பிரிவு களாகப் பிரிக்கலாம்.

★ உடல் ஊனமுற்றோர்

★ மன ஊனமுற்றோர்.

உடல் ஊனமுற்றோர்

விபத்தினால் கை கால்களை இழந்து ஊனமுற்றோர், போலியோ நோயினால் ஊனமுற்றோர், தொழுநோயினால் ஊனமுற்றோர், பிறவியிலேயே ஊனமுற்றோர், காது கேளாதவர்கள், பார்வையற்றோர், பேச முடியாதவர்கள் ஆகியோர் இந்தப் பிரிவில் வருகின்றனர்.

மன ஊனமுற்றோர்

இதிலும் இரண்டு வகைகள் உண்டு. பிறவியிலேயே மன ஊனமுற்றோர் என்பது முதல் வகை. வேறு பல காரணங்களினால் மூளை பாதிக்கப்பட்டு மன ஊனமுற்றோர், இரண்டாவது வகையைச் சேர்ந்தவர்கள். இந்தியாவில், உள்ள ஊனமுற்றோரின் எண்ணிக்கை சுமார் 22 கோடி.

தமிழ்நாட்டில் ஊனமுற்றோர்

தமிழ்நாட்டில் சுமார் 13 லட்சம் பேர் ஊனமுற்றவர்களாக இருக்கிறார்கள். இவர்களில் வெறும் 50 ஆயிரம் பேர்களே வேலை பார்ப்பவர்களாக இருக்கிறார்கள். இங்குள்ள ஊனமுற்றவர்களில் 40% பெண்கள் என்பது குறிப்பிடத் தக்கது.

சர்வதேச ஊனமுற்றோர் சங்கம்

சர்வதேச ஊனமுற்றோர் சங்கம், 1987-ம் ஆண்டு ஏற்படுத்தப் பட்டது பல்வேறு நாடுகளும் உறுப்பினராக இணைந்துள்ள இந்தச் சங்கத்தில், தன்னார்வ நிறுவனங்களும் உறுப்பினராக உள்ளன.

முதலில், ஊனமுற்றோருக்கு மருத்துவ உதவிகள், அவசர உதவிகள் வழங்கும் நிறுவனமாக இருந்த இந்தச் சங்கம்,

ஊனமுற்றோரின் அடிப்படை உரிமைகளைப் பேணிக் காக்கும் ஆணிவேராகத் திகழ்கிறது.

ஐ.நா. சபையில் ஊனமுற்றோருக்கான பல்வேறு திட்டங் களும் நிறைவேற இந்தச் சங்கம் உறுதுணையாக இருக்கிறது. உலகமெங்கும் பரவி இருக்கும் ஊனமுற்றோரின் வாழ்வில் ஒளியை ஏற்றுவதையே தனது நோக்கமாகக் கொண்டு செயல்படுகிறது இச்சங்கம்.

ஊனமுற்றோர் மறுவாழ்வு இயக்ககம்

தமிழக அரசு, ஊனமுற்றோர்களின் நலனைக் காக்க 1993-ம் ஆண்டு, 'ஊனமுற்றோர் மறுவாழ்வு இயக்கக'த்தை ஏற்படுத் தியது. இந்த இயக்ககத்தின் மூலமாக ஊனமுற்றோருக்கு பல்வேறு நலத் திட்டங்கள் செயல்படுத்தப்படுகின்றன.

1995 மற்றும் 1999-ல் உருவாக்கப்பட்ட சட்டத்தின்படி, 1999-ம் ஆண்டிலிருந்து இந்த இயக்ககம், ஊனமுற்றோருக்கான மாநில ஆணையர் அலுவலகமாக மாற்றப்பட்டு செயல்பட்டு வருகிறது.

ஊனமுற்றோருக்கான சட்டம்

நமது இந்திய அரசாங்கம் 1995-ம் ஆண்டு நாடாளுமன்றத்தில் ஊனமுற்றோருக்கென ஒரு சட்டம் இயற்றியது. இதனைக் குறித்தும், இதன் அம்சங்களைக் குறித்தும், ஊன முற்றோருக்கு உதவுகின்ற ஒவ்வொருவரும் தெரிந்து கொள்ள வேண்டும். ஊனமுற்றோர் அனைவருமே எல்லா நிலையிலும் படிப்பதற்கு சட்டத்தின் மூலமாக வழிவகைகள் செய்யப்பட வேண்டும் என்பதே அதன் சாராம்சம்.

இந்தச் சட்டத்தின் மூலம், ஊனமுற்றோர் கல்வி கற்க, பயிற்சி பெற, சலுகை பெற, வேலை வாய்ப்புகள் பெற, உதவித்தொகை பெற வழிவகை செய்யப்பட்டுள்ளது.

ஊனமுற்றோருக்கு அடையாள அட்டை

நமது நாட்டில் ஒரு நபரை அடையாளம் காண 'அடையாள அட்டை' வழங்குவதை வழக்கமாகக் கொண்டுள்ளோம். இது பள்ளியில் படிக்கும் மாணவர்களுக்கு மட்டுமல்ல, பணியிலிருப்பவர்களுக்கும் பெரிதும் பயன்படுகிறது.

மேலும், அந்த குறிப்பிட்ட பள்ளிக்கும் அலுவலகத்துக்கும் இது உதவும். தங்களின் மாணவன் யார் என்பதை அறியவும், தங்களின் பணியாளர் யார் என்பதையும் அவர்களுக்கு உணர்த்தும்.

இது போன்றே தமிழகத்தில் ஊனமுற்றோர் பலர் இருந்தாலும், பல பிரிவுகளில் இருந்தாலும், அவர்களை முழுவது மாக அடையாளம் காண, ஊனமுற்றோர் அனைவருக்கும் அடையாள அட்டை வழங்க அரசாங்கம் முடிவு செய்துள்ளது. இந்த அட்டை மன ஊனம், உடல் ஊனம் என இரண்டு பிரிவுகளிலுமே வழங்கப்பட உள்ளது.

இவ்வாறு வழங்கப்படும் அடையாள அட்டை, தேசிய அளவில் அங்கீகாரம் பெற்றது. ஊனமுற்றோர் இந்த அடையாள அட்டையைப் பயன்படுத்தி தங்களுக்கான அரசாங்கத்தின் உதவிகளையும், சலுகைகளையும் பெற முடியும். அத்துடன், இதனை பேருந்து, ரயில் பயணங்களின் போதும் பயன்படுத்த முடியும். மேலும், பொதுவான 'அடை யாள அட்டையாக'வும் பயன்படுத்த முடியும்.

எனவே, ஊனமுற்றோர்கள், ஊனமுற்றோருக்கான அரசாங்க இல்லங்களில் இருந்தாலும், தனிப்பட்டவராக (தங்களது இல்லங்களில் இருந்தாலும்) தங்களது அடையாள அட்டையைப் பெற, சென்னையில் உள்ள தமிழக அரசின் சமூக நலத்துறை பிரிவை அணுக வேண்டும்.

ஊனமுற்ற பிச்சைக்காரர்களுக்கான மறுவாழ்வு திட்டங்கள்

இன்று நகர்ப்புறங்களில் பார்த்தால், பஸ் நிலையம், ரயில் நிலையம், முக்கிய சாலைகளில் பிச்சைக்காரர்கள் தனி யாகவோ அல்லது கைக்குழந்தையுடனோ பிச்சை எடுப்பதைப் பார்க்கிறோம். இவர்களில் பல பிரிவினர் உள்ளனர்.

வசதியிருந்தும் வீட்டிலிருந்தும் கைவிடப்பட்டவர்கள், மன நிலை சரியில்லாதவர்கள், உடல் ஊனமுற்றோர், பார்வை யற்றவர்கள், தொழுநோயினால் பாதிக்கப்பட்டவர்கள் எனப் பல பிரிவினர் உள்ளனர். இவர்களில், தொழுநோயினால் பாதிக்கப்பட்டு உடல் ஊனமடைந்து, பிச்சைக்காரர்களாக ஆனவர்களுக்கு உதவ அரசு 10 மறுவாழ்வு இல்லங்களை ஆரம்பித்து நடத்தி வருகிறது.

ஒவ்வொரு மறுவாழ்வு இல்லத்திலும், 400 பெரியவர்களும், 25 சிறுவர்களும் அனுமதிக்கப்படுவார்கள். இங்கு, இவர்கள் தங்க வசதி செய்யப்பட்டுள்ளது. மேலும், இவர்களுக்கு உணவும் அளிக்கப்படுகிறது. அது மட்டுமின்றி இவர்களுக் கான உடை, பிற மருத்துவ வசதிகளும் இங்கு கொடுக்கப் படுகின்றன.

தொழுநோய் ஏற்பட்டு உடல்ஊனமுற்றோர் அவர்களாகவே இது போன்ற மறுவாழ்வு இல்லத்தில் சேர்ந்து கொள்ளலாம். அல்லது இவர்களது நண்பர்கள் மற்றும் உறவினர்கள் இவர்களைக் கொண்டு வந்து இங்கு விட்டுச் செல்லலாம். ஒருவேளை இவர்கள் பிச்சைக்காரர்களாக இருந்தால், அந்த நிலையிலும் கூட கொண்டு வந்து சேர்த்து பயன்பெறச் செய்யலாம்.

உலக ஊனமுற்றோர் தினம்

டிசம்பர் 3-ந் தேதிதான் 'உலக ஊனமுற்றோர்' தினம். 1982-ம் ஆண்டு, ஐ.நா. சபையின் பொதுச்சபை கூடி, இந்த நாளை தீர்மானித்தது. ஊனமுற்றவர்கள் குறித்த தவறான எண்ணத்தை போக்கி, அவர்கள் பிரச்னையை சமூகப் பிரச்னையாகி அணுகி, அவர்களுக்கும் மற்றவர்களைப் போல் சமூக அந்தஸ்து தருவதற்காகத்தான் வருடந்தோறும் இந்த நாள் அனைத்து உலகநாடுகளிலும் கடைப்பிடிக்கப் படுகிறது.

நமது நாட்டிலும் உடல் ஊனமுற்றோர் தினம் தவறாமல் கடைப்பிடிக்கப்படுகிறது. இந்த நாளில், மனத்தால் ஊன முற்றோருக்காகவும், உடலால் ஊனமுற்றோருக்காகவும் பல்வேறு நிகழ்ச்சிகளும் பல போட்டிகளும் நடத்தப்படு கின்றன. போட்டிகளில் வெல்பவர்களுக்குப் பரிசுகளும் வழங்கப்படுகின்றன.

ஊனமுற்றோர் பயன்பெறும் வகையில் அவர்களுக்கு சிறப்பு மருத்துவ முகாம்களும் நடத்தப்படுவதுண்டு.

பாதுகாவலர் நியமனச் சான்று:

ஊனமுற்றோருக்காக அரசாங்கம் பல்வேறு நலத்திட்டங் களை அறிவித்து செயல்படுத்தி வருகிறது. அவற்றில் ஒன்று

தான் பாதுகாவலர் நியமனச் சான்று என்பது. ஊனமுற் றோரின் பெற்றோர்கள், உறவினர்கள், அவர்களைப் பொறுப் பாகப் பாதுகாப்பவர்கள் ஆகியோருக்கு 'ஊனமுற்றோர் பாதுகாவலர் நியமனச் சான்று' அளிக்கப்படுகிறது.

ஊனமுற்றோர் ஒரு நிறுவனத்தில் / அல்லது ஊனமுற்றோர் பாதுகாப்புப் பள்ளி போன்ற ஏதேனும் அமைப்பில் இருந்தால் (பெற்றோர், உற்றோர் இல்லாத பட்சத்தில்) இத்தகைய 'பாதுகாவலர் நியமனச் சான்று' அந்த நிறுவனத் தினருக்கு வழங்கப்படும்.

எத்தகைய ஊனமுற்றோர் இந்த நியமனச் சான்றைப் பெறலாம்?

கை, கால் ஊனமுற்றோர், செவித்திறன் குன்றியோர், பார்வையிழந்தோர், மன வளர்ச்சி குன்றியோர், மூளை முடக்கு வாதத்தால் பாதிக்கப்பட்டோர், புற உலக சிந்தனை அற்றோர் (ஆட்டிசம்), கற்றலில் குறைபாடு உடையோர் ஆகியோரைப் பார்த்துக்கொள்பவர்களுக்கு இத்தகைய 'பாதுகாவலர் நியமனச் சான்று' வழங்கப்படுகிறது.

இந்தச்சான்று பெறுவதற்கான தகுதிகள் என்னென்ன?

இந்தச் சான்று பெறுவதற்கு அந்தக் குறிப்பிட்ட நபர் 18 வயது பூர்த்தியானவராக இருக்க வேண்டும். சம்பந்தப்பட்ட ஊன முற்றோர், தேசிய அடையாள அட்டையை வைத்திருக்க வேண்டும்.

அவர்கள் இந்தியராக இருக்க வேண்டும். எந்த மாவட்டத்தைச் சேர்ந்தவரோ அவர் அந்த மாவட்ட ஆட்சித்தலைவர் மூலம் விண்ணப்பித்து, அவர் தலைமையிலான குழுவின் மூலம், இந்தச் சான்றை பெற்றுக்கொள்ள வேண்டும்.

12

ஊனமுற்றோருக்கான இலவச உபகரணங்கள்

பேனா முதல் பேப்பர் வரை நம் அன்றாட வாழ்வில் பல்வேறு பொருள்களை நாம் பயன்படுத்துகிறோம். இவையெல்லாம் சாதாரண பொருள்களாகத் தோன்றினாலும் இவையன்றி நம் இயல்பு வாழ்க்கை நிச்சயம் பாதிக்கப்படும்.

இது போலவே, உடல் ஊனமுற்றவர் களுக்கும் சில ஸ்பெஷல் பொருள்கள் தேவைப்படுகின்றன. அவை அவர்களின் அன்றாட வாழ்வுக்கு மிக உறுதுணையாக இருக்கின்றன. ஊனமுற்றவர்களுக்கான இந்த அத்தியாவசிய பொருள்களை அரசே இலவசமாக வழங்குகிறது.

எந்தெந்த உபகரணங்களை அரசாங்கம் வழங்குகிறது?

★ மூன்று சக்கர வண்டிகள்

★ சக்கர நாற்காலிகள்

★ கறுப்புக் கண்ணாடிகள்

★ மடக்கு ஊன்றுகோல்கள்

★ பிரெய்லி கைக் கடிகாரங்கள்

★ காதொலிக் கருவிகள்

★ சோலார் மறு செறிவூட்டக்கூடிய பேட்டரிகள்

★ காலிப்பர்கள் அல்லது கால் தாங்கிகள்

★ கிரட்ச்சஸ் அல்லது தோள்பட்டை தாங்கிகள்

★ செயற்கை அவயங்கள்.

★ **மூன்று சக்கர சைக்கிள்**

கால்களை இழந்து ஊனமுற்று, நடக்க முடியாத நிலையில் இருப்போருக்கு அவர்களது கையினால் அழுத்திப் பயன் படுத்தப்படும் மூன்று சக்கர சைக்கிள் வழங்கப்படுகிறது. இதற்கான திட்டம் 1975-ம் ஆண்டு தொடங்கப்பட்டது. இதில் கிட்டத்தட்ட 2000-க்கும் மேற்பட்டவர்கள் பயனடைந் துள்ளார்கள்.

★ **சக்கர நாற்காலி**

நடக்க முடியாத நிலையில் உள்ளவர்கள், ஓரிடத்திலிருந்து மற்றொரு இடத்துக்குச் செல்வதற்கு சக்கர நாற்காலிகள் பயன்படும். இளம்பிள்ளைவாதம், மூளை நரம்பு பாதிப்பு ஏற்பட்டவர்கள், பக்கவாதத்துக்கு ஆட்பட்டவர்கள் ஆகியோருக்கு பெரும்பாலும் கால் ஊனமடைந்து விடும்., இவர்களுக்கு சக்கர நாற்காலிகள் பெரிதும் உதவும். இந்தத் திட்டம் 1981-ம் ஆண்டில் தொடங்கப்பட்டது.

★ **கறுப்புக் கண்ணாடிகள் மற்றும் மடக்கு ஊன்றுகோல்கள்**

பார்வையிழந்தோருக்குப் பயன்படும் வகையில், அவர் களுக்கு கறுப்புக் கண்ணாடிகள் வழங்கப்படுகின்றன. கறுப்புக் கண்ணாடி, கண்களில் தூசி விழுவதைத் தடுத்து நிறுத்தும். மேலும், சூரிய ஒளியினால் ஏற்படும் பாதிப்பி லிருந்தும் பாதுகாக்கும்.

இத்துடன் அவர்கள் எளிதாக நடந்து செல்வதற்கு ஏதுவாக, மடக்கி எடுத்துச் செல்லும் மடக்குக் குச்சிகளும் வழங்கப்படு

கின்றன. இந்தத் திட்டம் 1975-ம் ஆண்டிலிருந்து தொடர்ந்து செயல்படுத்தப்பட்டு வருகிறது.

★ பிரெய்லி கைக் கடிகாரம்

பார்வையிழந்தோர் படிக்க, 'பிரெய்லி' முறை புத்தகங்கள் பயன்படுகின்றன. அதேபோன்று, இவர்கள் நேரத்தை அறிந்து கொள்ளவும் பிரத்யேக கடிகாரங்கள் தயாரிக்கப்படு கின்றன. இத்தகைய கைக்கடிகாரங்கள் இலவசமாக பார்வை யிழந்தவர்களுக்கு வழங்கப்படுகின்றன. இந்தத் திட்டம் 1997-ம் ஆண்டில் தொடங்கப்பட்டது.

★ காதொலிக் கருவிகள்

1975-ம் ஆண்டு தொடங்கப்பட்ட இத் திட்டத்தின்படி காதுகேளாதவர்களுக்கு 'காதொலிக் கருவிகள்' இலவசமாக வழங்கப்படுகின்றன.

★ சோலார் மறு செறிவூட்டக்கூடிய பேட்டரிகள்

காது கேட்கும் கருவிக்குத் தேவைப்படும் இத்தகைய பேட்டரிகளையும்கூட இலவசமாக அரசாங்கம் வழங்கு கிறது. இந்தத் திட்டம் 1995-ம் ஆண்டு தொடங்கப்பட்டது.

★ கால் தாங்கிகள்

சிலருக்கு ஒரு காலில் மட்டும் ஊனம் ஏற்பட்டிருக்கும். மற்றொரு கால் நல்ல நிலையில் இருக்கும். இது போன்ற பாதிப்புக்கு உள்ளானோர் நடந்து செல்வதற்காக 'கால் தாங்கிகள்' பயன்படுகின்றன. இவற்றை அரசாங்கமே பாதிக்கப்பட்டவர்களுக்கு இலவசமாக வழங்குகிறது. இந்தத் திட்டம் 1989-ம் ஆண்டில் இருந்து நடைமுறைப் படுத்தப்பட்டுள்ளது.

★ ஊன்றுகோல்கள்

ஒருகால் மற்றும் இரண்டு கால்களுமே பாதிக்கப்பட்டு நடக்க முடியாத ஊனமுற்றோருக்கு உதவுவதற்காக ஊன்றுகோல் கள் பயன்படுகின்றன. இவற்றையும் அரசாங்கம் இலவச மாக வழங்குகிறது. இந்தத் திட்டம் 1989-ம் ஆண்டிலிருந்து செயல்படுத்தப்படுகிறது.

★ **செயற்கை அவையங்கள்**

கால் இழந்து ஊனம் ஏற்பட்டவர்களுக்கு பயன்படும் வகை யில் 'செயற்கை அவயங்கள்' தயாரிக்கப்பட்டு இலவசமாகத் தரப்படுகின்றன. இதற்கான திட்டம் 1998-ம் ஆண்டில் தொடங்கியது. செயற்கை அவயங்கள் தயாரிக்கும் மையங் களையும் அரசாங்கம் அமைத்துள்ளது.

13

புதிய கண்டுபிடிப்புகள்

பார்வையிழந்தவர்களுக்கு 'செயற்கை விழித்திரை!'

பொதுவாக, செயற்கையான விஷயங்களை நாம் மதிப்பதில்லை. அவற்றை இழி வாகவே கருதுகிறோம். ஆனால், விஞ் ஞானம் மற்றும் மருத்துவத்துறைகளைப் பொறுத்தவரையில் செயற்கைக்கு தனி மரியாதையே உண்டு.

விஞ்ஞானக் கண்டுபிடிப்பால் உருவான செயற்கைக்கோள் மூலமாக இன்று நிகழ்ந்து வரும் தகவல் தொழில்நுட்ப புரட்சியை நீங்கள் அறிவீர்கள். மருத்துவத்தில் கூட செயற்கை தோல், செயற்கை இரத்தம் என்று வந்துவிட்டது. இயற்கை நம்மை கை விட்டு விடும் இடங்களில் விஞ்ஞான அடிப்படை யில் உருவான செயற்கைக் கண்டுபிடிப்புகள் தான் கை கொடுக்கின்றன.

அந்த வகையில் உடல் ஊனமுற்றவர்களுக் கான துறையிலும் பல செயற்கைக்

கண்டிபிடிப்புகள், அவர்களின் வாழ்க்கையை மாற்றி அமைக்கும் வகையில் பயன்பாட்டுக்கு வந்துள்ளன.

பார்வையிழந்தவர்களுக்கு பார்வை கிடைக்கும் வகையில், கருவிழிப்படலம் பொருத்துதல், பாதிக்கப்பட்ட லென்ஸை அகற்றி புதிய செயற்கை லென்ஸைப் பொருத்துதல் ஆகிய அறுவைச் சிகிச்சைகள் ஏற்கெனவே செய்யப்பட்டு வரு கின்றன.

இதற்கு அடுத்தபடியான நவீன தொழில்நுட்பமும் இப்போது வந்துவிட்டது. இம்முறையின்படி, மிகச்சிறிய, நுட்பமான ஒளி அலைகளைக் கடத்தும் சிப்பை விழித்திரையில் பொருத்தி விடுவார்கள். மிகவும் நுட்பமான காமிரா இணைந்த கண்ணாடி பாதிக்கப்பட்டவருக்கு வழங்கப்படும். இக்கண்ணாடி, ஒளிக்கற்றைகளை உள்வாங்கி, விழித்திரை யில் பொருத்தப்பட்ட நுட்பமான மின் சிப்புக்கு கடத்தும்.

இதன்மூலம், ஒளி, மூளையில் உள்ள பார்வையைக் கட்டுப் படுத்தும் பகுதிக்கு நரம்புகள் மூலம் கடத்தப்படும். ஒரு சிறிய மிஷனை பெல்ட்டில் கட்டிக்கொள்வதன் மூலம் இந்தக் கருவியை எளிதாக இயக்க முடியும். இதன்மூலம், நோயாளி முழுமையான பார்வையைப் பெறாவிட்டால் கூட ஓரளவு பொருள்களின் தன்மையை அறிந்துகொள்ள முடியும்.

இது பரிசோதனை நிலையில் இருக்கிறது என்றாலும், முடிவுகள் நம்பிக்கை ஊட்டுவதாகவே இருக்கின்றன. வெளிநாடுகளில் பலரிடமும் இது பரிசோதித்து பார்க்கப் பட்டதில் எதிர்பார்த்ததைவிட நல்ல பலன் கிடைத்திருக் கிறது.

பார்வையிழந்தவர்களும் செல்போனைப் பயன்படுத்த முடியும்!

விரைவில் பார்வையிழந்தவர்களுக்காக ஒரு புதுவகை செல்போன் வரப்போகிறது. நம்மைப் போலவே அவர் களாலும் இனிமேல் செல்போனைப் பயன்படுத்த முடியும். பேச முடியும். எப்படி?

நாம் தற்சமயம் பயன்படுத்தும் செல்போன் பல பயன்பாடு களையும் உள்ளடக்கியதாக இருக்கிறது. குறிப்பாக, நாம் எங்கே இருக்கிறோம் என்பதை செல்போன் காட்டிக்

கொடுத்துவிடும். இன்று 'மேப்' கூட அதில் வந்துவிட்டது. நாம் செல்லுமிடத்தில் என்னென்ன கடைகள், முக்கியக் கட்டிடங்கள் அமைந்திருக்கின்றன என்பதையும் செல்போன் தெரிவித்துவிடும்.

அதேபோன்று, பார்வையிழந்தவர்கள், தாங்கள் இருக்கும் இடத்தை கண்டுபிடித்துக் கொள்ள இனி செல்போன்கள் உதவப்போகின்றன. இதில் குறிப்பிட்ட எண்ணைப் பயன்படுத்த இவர்கள் பழகிக்கொள்ள வேண்டும். அந்த எண்ணுக்கு போன் செய்து, 'நான் இப்போது எங்கிருக் கிறேன்?' என்று கேட்டால், சம்பந்தப்பட்டவர், எந்தத் தெருவில், எந்த வீட்டருகே இருக்கிறார், அந்தத் தெரு எந்தப் பகுதியில் உள்ளது போன்ற அனைத்துத் தகவல்களும், போன் மூலமாக ஒலிக்கும்.

இதனை, பெங்களூர் ஐ.ஐ.டி. நிறுவனம் சென்னை நிறுவனத் தோடு இணைந்து தயாரித்துள்ளது.

'நாம் எங்கிருக்கிறோம்' என்ற தகவல் பார்வையில்லாதவர் களுக்கு எவ்வளவு முக்கியத்துவம் வாய்ந்தது இல்லையா?

14

தொடர்பு நிலையங்களின் முகவரிகள்

<u>ஊன</u>முற்றோர் தங்களுக்கான உதவி களையும், சலுகைகளையும் பெற அதற்குரிய அலுவலகங்களை அணுக வேண்டும். தேவையான ஆவணங்களை, அத்தாட்சி யுடன் சமர்ப்பித்தால், குறிப்பிட்ட காலக் கெடுவுக்குள் உதவிகளும், சலுகைகளும் எந்தத் தாமதமும் இல்லாமல் கிடைக்கும்.

மாநில அளவில், ஊனமுற்றோருக்கு உதவு வதில், 'சமூக நலத்துறை' பெரும் பங்கு வகிக்கிறது. அதன் முகவரி:

சமூக நலத் துறை இயக்கம்
(தமிழ்நாடு அரசு),
பழைய பொறியியல் கல்லூரி வளாகம்,
சேப்பாக்கம்,
சென்னை - 600 005.
தொலைபேசி : 044-28545746

சமூக நலத் துறையைப் போன்றே, ஊனமுற்
றோருக்கென சீரமைப்பு ஆணையமும்

உள்ளது. ஆணையர் அந்தஸ்தில் ஒருவர் நியமிக்கப்பட்டு அவர் தலைமையில் இந்த ஆணையம் செயல்பட்டு வருகிறது. அதன் முகவரி:

ஊனமுற்றோருக்கான சீரமைப்பு ஆணையம்,

15/1, மாடல் பள்ளி சாலை,

ஆயிரம் விளக்கு,

சென்னை - 600 006.

தொலைபேசி : 044 - 28290740, 28290392, 28290409

தொலைநகல் : 044 - 28290365

இணைய முகவரி : sdc@tn.nic.in

ஊனமுற்றவர்களுக்கு உதவும் இன்னொரு அமைப்பின் முகவரி:

SPASTIC SOCIETY OF TAMILNADU,
OPP: T.T.T.I. TARAMANI ROAD,
CHENNAI -600 113.
PH : 044 : 22354651/1133/1542/1047
E MAIL : spastn@md2.vsnl.net.in

தேசிய அளவில் செயல்படும் ஊனமுற்றோருக்கான அமைப்பு:

REHABILITATION COUNCIL OF INDIA,

NEW DELHI.

ஊனமுற்றோருக்கு உதவக்கூடிய தேசிய ஊனமுற்றோர் தொடர்பு நிலையங்கள், நமது நாட்டின் பெரும்பாலான மாநிலங்களில் உள்ளன. அந்தந்த பகுதியைச் சேர்ந்தவர்கள் தங்களின் உதவிக்காக இவர்களைத் தொடர்பு கொள்ள லாம்.

அந்தமான் நிக்கோபார் தீவுகள்

SHRI. J.K. MUKHERJEE,
GENERAL SECRETARY,
BOMBOO FLAT, POST BOX NO 3,
SOUTH ANDAMAN.
PHONE : 03192 - 233591, 245553, 258007

ஆந்திரப் பிரதேசம்

SHRI. M. SRINIVASULU,

CONVENOR,

NETWORK OF THE PERSONS WITH DISABILITY ORGANISATION

OPP: TV TOWER, MALAKPETA,

HYDERABAD - 500 036.

PHONE : 040 - 24546994

E MAIL : apnetwork@sify.com

அருணாசலப் பிரதேசம்

SHRI. TAMI TANIANG,

CHAIRMAN,

ALL ARUNACHAL PRADESH HANDICAPPED WELFARE SOCIETY,

'C' SECTOR, NEAR CIRCUIT HOUSE,

NAHARLAGUN, ARUNACHAL PRADESH.

PHONE: 0360-2248150, 2248613

E MAIL : humanrights@indiatimes.com

அஸ்ஸாம்

SMT. KETAKI BARDALAI,

SECRETARY,

SHISHU SAROTHI - CENTRE FOR REHABILITATION AND TRAIN-ING FOR MULTIPLE DISABILITY,

RAMAKRISHNA MISSION ROAD,

BIRUBASI, GUWAHATI - 781016.

PHONE : 0361 - 2632055, 2478912, 2470990

MOBILE : 09435040607

E MAIL : ssarothi@sancharnet.in

பிகார்

SHRI. MOHAN CHOUDHARY,

PRESIDENT,

BIHAR VIKLANG KALYAN PARISHAD,
EAST OF GUNTI NO 5, ADARSH NAGAR,
LANE NO 3, MAJHAULLIA (P.O.), KHABRA,
MUZAFFARPUR - 846143.
PHONE : 0621 - 2275005

சண்டிகர்

LT. COL. RAVI BEDI,
DIRECTOR,
YOUTH TECHNICAL TRAINING SOCIETY (YTTS)
ROOM NO 13 AND 15, KARUNA SADAN, SECTOR -11B,
CHANDIGARH - 1600001.
PHONE: 0172 - 2747329.
E MAIL : nda32ravibedi@yahoo.co.in

தாத்ரா – நாகர்ஹவேலி

SHRI. KULDIP SINGH,
SECRETARY,
INDIAN RED CROSS SOCIETY,
DADRA - NAGARHAVELI U.T. BRANCH,
RED CROSS BHAVAN,
SILVASA - 396230.
PHONE: 0260 - 2640911
E MAIL : kuldip52@yahoo.com

டாமன் – டயூ

SMT. MADHU AHLUWALIA,
BAC BHAWAN BOARD, SPORTS CLUB,
MOTI DAMAN - 396220.
PHONE : 0268-2254941

கோவா

FR. VALERIANO VAZ,
DIRECTOR,

CARI TAS GOA, PACO PATRIARCAL, ALTINHO,
PANJIM - 403001.
PHONE: 0832 - 2226509, 2223353, 2225291, 2285743, 2284838
E MAIL : caritas@caritasgoa.org

இமாச்சல பிரதேசம்

DR. KSHAMA METRE,
PROJECT DIRECTOR,
CHINMAYA RURAL PRIMARY HEALTH CARE & TRAINING
CENTRE,
CHINMAYA TAPOVAN TRUST,
SIDHBARI, DHARAMSHALA,
KANGRA - 176057.
PHONE: 01892 - 234322, 236987.

ஜம்மு காஷ்மீர்

SHRI. R.C. SHARMA
PRESIDENT,
JAMMU KASHMIR HANDICAPPED WELFARE ASSOCIATION,
P/O. SURYA VIHAR, UDHEYURIALLA,
JAMMU - 180002.
PHONE: 0191 - 2502171
E MAIL : jkhwa@rediffmail.com

ஜார்க்கண்ட்

SMT. SUDHA LHILA,
EXECUTIVE DIRECTOR,
DEEPSHIKHA INSTITUTE FOR CHILD DEVELOPMENT
AND MENTAL HEALTH,
SWAMI SHRADHANAND ROAD,
RANCHI - 834 001.
PHONE: 0651 - 2306203, 2282800
E MAIL : deepshikha@inranchi.com

கர்நாடகம்

SHRI. J.P. GADKARI,
HONOURARY SECRETARY,
KARNATAKA PARENTS ASSOCIATION FOR MENTALLY RE-
TARDED CITIZENS (KPAMRC),
AMC COMPOUND, OFF : HOSUR ROAD,
NEAR KIDWAI MEMORIAL HOSPITAL,
BANGALORE - 560 029.
PHONE: 080 - 26563267
E MAIL : jpkpamrc@vsnl.net
Web : http://www.kpamrc.com

கேரளம்

SHRI. SHASHIDHARAN PILLAI,
GENERAL SECRETARY,
KERALA FEDERATION OF THE BLIND,
KUNNUKUZHI,
THIRUVANANTHAPURAM - 695 037.
PHONE: 0471 - 2304993, 2304831
E MAIL : tvmkfbtvpm@sancharnet.in

லட்சத் தீவுகள்

SHRI. ANAPPURA KHADER,
C/O. SHRI. M.P. KUNHIKOYA,
DIRECTORATE OF SOCIAL WELFARE,
KAVARATTI - 682555.
PHONE: 04896 - 262314

மத்தியப் பிரதேசம்

SHRI. LAXMIKANT VIJAYVARGIYA,
SECRETARTY, BHEL,
NISHAKTAJAN VIKAS SAMITI,
122/N4, C SECTOR, PIPLANI,

BHOPAL - 462021.

PHONE: 0755 - 2684687. MOBILE: 09827205545

E MAIL : lvijayvargiya@yahoo.co.in

மகாராஷ்ட்ரம்

MS. DEEPIKA D' SOUZA,

EXECUTIVE DIRECTOR,

MOBILE: 09820039557, 09223465842

E MAIL : huright@vsnl.com

மணிப்பூர்

SMT. PRAMOSIJA. P.K.

PRESIDENT,

ALL MANIPUR MENTALLY HANDICAPPED PERSONS WELFARE
ORGANISATION,

KEISHMTHONG TOP HEIRAK,

IMPHAL - 795001.

PHONE: 0385-2225409, 2223537

E MAIL : pramosija@redifmail.com

மேகாலயா

SHRI. CARMO NERONHA,

DIRECTOR, BETHANY SOCIETY,

LADY VERONICA LANE, HAITUMKHRAH,

SHILLONG - 793 003.

PHONE: 0364 - 2233037, 2210631

E MAIL : bethanyngo@rediffmail.com

மிசோரம்

SMT. CHHINGPULL,

SECRETARY,

SPASTIC SOCIETY OF MIZORAM,

CH.CHHUNGA BUILDING, SARON VERG,

AIZWAL - 796 001.

PHONE: 0389 - 2325267, 2322096, 2343213

E MAIL : secyspastic@hotmail.com

நாகாலாந்து

DR. P. RGULLY,

EXECUTIVE DIRECTOR,

SPASTICS SOCIETY OF NAGLAND,

NAGA HOSPITAL,

KOHIMA - 797 001.

PHONE: 0370 - 2223906, 2223404.

E MAIL : prgully@hotmail.com

புது தில்லி

CONVENOR,

DISABLED RIGHTS GROUP,

D-31, PANCHSHEEL ENCLAVE,

NEW DELHI - 110017.

PHONE: 011 - 26496063

ஒரிஸா

DR. SRUTI MOHAPATRA

A 99, BUDHA NAGAR,

SUN FLOWER NURSING HOME,

BHUVANESWAR - 751 006.

PHONE: 0674 - 2313310, 2313311, 2313312
E MAIL : srutim@sancharnet.in

15

பள்ளிகளின் முகவரிகள்

தமிழகத்தில் உள்ள ஊனமுற்றோருக்கான பள்ளிகள் - நிறுவனங்கள் மற்றும் அமைப்பு களின் முகவரிகள்

தமிழகம் மட்டுமல்லாமல் நம் நாடு முழுவதும், ஊனமுற்றோருக்கான பள்ளிகள், நிறுவனங்கள் மற்றும் அமைப்புகள் ஏராள மாக உள்ளன. இவை எல்லாவற்றையும், மத்திய அரசு உருவாக்கி உள்ள 'இந்திய புனரமைப்புக் கவுன்சில்' என்ற அமைப்பு முறைப்படுத்தி வருகிறது.

இந்தக் கவுன்சிலுடன், இந்தியாவில் உள்ள ஊனமுற்றோருக்கான அனைத்துவிதமான அமைப்புகளும் தொடர்பு வைத்துக் கொண்டு, அதன் நெறிமுறைகளுக்கு ஏற்ப செயல்பட்டு வருகின்றன.

இந்திய புனரமைப்புக் கவுன்சில்தான், நாடு முழுவதும் உள்ள ஊனமுற்றோர் பள்ளி, நிறுவனங்கள் மற்றும் அமைப்புகளை

அங்கீகரித்து அவற்றுக்குத் தேவையான அனைத்து உதவி களையும், ஆலோசனைகளையும், தேவையான நிதி ஆதாரங்களையும் வழங்கி வருகிறது.

தமிழ்நாட்டில் மட்டும் ஊனமுற்றோருக்கு உதவும் அமைப்பு களின் எண்ணிக்கை 180-க்கும் மேல் உள்ளன. அவற்றில் முக்கியமான சிலவற்றின் பெயர்களையும், முகவரிகளையும் பார்க்கலாம்.

செ‌ன்னையில் உள்ள சிறப்புப் பள்ளிகள்

1. **தேசிய பார்வையற்றோர் நிறுவனம்**
   522, டிரங்க் சாலை,
   பூந்தமல்லி,
   சென்னை-600 056.
   தொலைபேசி : 044 - 26272505, 26493375.

2. **பிரியா வாய் பேசாத – காது கேளாதோருக்கான மையம்**
   புதிய எண் : 12, 2-வது மெயின் ரோடு,
   கணேஷ் நகர், மடிப்பாக்கம்,
   சென்னை - 600 091.
   தொலைபேசி : 044 - 22478113.

3. **செவித்திறன் குன்றியவர்களுக்கான வழிகாட்டி மையம்**
   26, பிளாட் எம்-11, முதல் அவென்யூ,
   அசோக் நகர்,
   சென்னை - 600 083.
   தொலைபேசி : 044 - 24894308.

4. **செவித்திறன் குன்றிய குழந்தைகளுக்கான இந்திய அமைப்பு**
   60, 2-வது தளம், ஹபிபுல்லா சாலை,
   தி.நகர்,
   சென்னை - 600 017.
   தொலைபேசி : 044 - 28203285,

5. **அஜய் செவித்திறன் குன்றியவர்களுக்கான உயர்நிலைப் பள்ளி**

   எண். 6, கன்னியப்பன் தெரு,

   ஆபீஸர் காலனி,

   அண்ணா நகர் மேற்கு விரிவு,

   பாடி, சென்னை - 600 050.

   தொலைபேசி : 044 - 26546209.

6. **பாலவித்யாலயா செவித்திறன் குன்றியவர்களுக்கான பள்ளி**

   எண். 14/18, முதல் குறுக்குத் தெரு,

   சாஸ்திரி நகர், அடையாறு,

   சென்னை - 600 020.

   தொலைபேசி : 044 - 24917199.

7. **கிளார்க் செவித்திறன் குன்றியவர்களுக்கான பள்ளி**

   எண். 3, டாக்டர் ராதாகிருஷ்ணன் சாலை,

   மூன்றாவது தெரு, மயிலாப்பூர்,

   சென்னை - 600 004.

   தொலைபேசி : 044 - 28475422, 25904354.

8. **பார்வையிழந்தவர்களுக்கான தொழிற்பயிற்சி நிலையம்**

   எண். 127, ஜி.என். செட்டி சாலை,

   கிரீம்ஸ் சாலை,

   சென்னை - 600 006.

   தொலைபேசி : 044 - 28229427.

9. **செவித்திறன் மற்றும் பார்வையிழந்தவர்களுக்கான பள்ளி**

   எண். 160, சாந்தோம் நெடுஞ்சாலை,

   மயிலாப்பூர்,

   சென்னை - 600 004.

   தொலைபேசி : 044-24985675.

10. **வாய் பேசாத – காது கேளாத குழந்தைகளுக்கான பள்ளி**

    ஜி.என். செட்டி சாலை,

    கிரீம்ஸ் சாலை,

சென்னை - 600 006.
தொலைபேசி : 044 - 28269582.

11. செயின்ட் லூயிஸ் காது கேளாதோருக்கான கல்லூரி
கனரா பேங்க் சாலை,
காந்தி நகர், அடையாறு,
சென்னை - 600 020.

12. அகில இந்திய பார்வையிழந்தவர்களுக்கான வளர்ச்சி அமைப்பு,
141, கபாலி வனபோஜன தோட்டம்,
ராஜா அண்ணாமலைபுரம்,
சென்னை - 600 028.

13. தென்னிந்திய மூர்த்துழவிய கல்வி மற்றும் கலாசார அமைப்பு,
(காது கேளாதவர்களுக்கானது)
186, பெரிய வீதி, திருவல்லிக்கேணி,
சென்னை - 600 005.

14. சிறப்புக் குழந்தைகளுக்கான மதுரம் நாராயண் மையம்,
(மூளை வளர்ச்சி குன்றிய குழந்தைகளுக்கானது)
726, ஜி.என். செட்டி சாலை,
தி.நகர், சென்னை - 600 017.

15. டாக்டர். எம்.ஜி.ஆர். பள்ளிக்கூடம்
(காது கேளாதவர்களுக்கானது),
எம்.ஜி.ஆர். தோட்டம்,
ராமாபுரம், சென்னை - 600 089.
தொலைபேசி : 044 - 22490629.

16. லிட்டில் ஃப்ளவர் கான்வண்ட் பள்ளிக்கூடம்
(செவிக்குறைபாடு உள்ளோருக்கானது)
127, ஜி.என்.செட்டி ரோடு,
அண்ணா சாலை,
சென்னை - 600 006.
தொலைபேசி : 044 - 28265739.

17. கருணை விலா டிரஸ்ட்,

   (ஊனமுற்றோருக்கானது)
   53, பஜனை கோவில் தெரு,
   போரூர்,
   சென்னை - 600 116.

18. ஸ்பாஸ்டிக் சொசைட்டி ஆஃப் தமிழ்நாடு,
   டி.டி.டி.ஐ. எதிர்புறம், தரமணி சாலை,
   சென்னை - 600 113.

19. கிருஸ்த்துவ பவுண்டேஷன்
   (பார்வையிழந்தவர்களுக்கானது),
   சி.எஃப்.பி.ஐ. சேவை நிலையம்,
   2, ஆபீஸர் வேன், ஜி.எஸ்.டி. சாலை,
   பல்லாவரம், சென்னை - 600 008.

20. ஆந்திர மஹிள சபா,
   10, டாக்டர் துர்க்காபாய் தேஷ்முக் சாலை,
   ராஜா அண்ணாமலைபுரம்,
   சென்னை - 600 028.

21. அகில இந்திய ஊனமுற்றோர் மூளை வளர்ச்சி நல வாரியம்,
   (மன நலம் குன்றியவர்களுக்கானது)
   16, 6-வது தெரு,
   பத்மாவதி நகர், சேலையூர்,
   சென்னை - 600 073.

22. டாக்டர். டாத்து ராவ் நினைவு சாரிட்டபுள் டிரஸ்ட்
   32/3 B, கானல் பேங்க் சாலை,
   காமராஜ் சாலை,
   திருவான்மியூர்,
   சென்னை - 600 041.

23. இந்திய செஞ்சிலுவைச் சங்கம், (தமிழ்நாடு பிரிவு),
   செஞ்சிலுவை கட்டடம்,
   50, மாண்டியத் சாலை,

எழும்பூர்,
சென்னை - 600 008.

24. வித்யா சாஹர்,

1, ரஞ்சித் சாலை,

கோட்டூர்புரம், சென்னை - 600 085.

25. ஹேஸ்ஹேர் ஹோம்ஸ் இந்தியா (தமிழ்நாடு பிரிவு),

18, (பழையது 28), காஸா மேஜர் சாலை,

எழும்பூர்,சென்னை - 600 008.

26. நவஜோதி டிரஸ்ட்,

(ஊனமுற்றோர் மற்றும் மூளை வளர்ச்சி குன்றியவர்
களுக்கானது)

பிளாட் : 'ஏ' - 916, பூந்தமல்லி நெடுஞ்சாலை,

சென்னை - 600 084.

27. கார்மல் மையம்,

(மூளை வளர்ச்சி குன்றியவர்களுக்கானது)

ஐ.ஏ.எஃப்., ஆவடி, சென்னை - 680 055.

28. விஜயா மனிதநேய சேவை மையம்,

6, லட்சுமிபுரம் தெரு,

ராயப்பேட்டை, சென்னை - 600 014.

29. இந்திய கவுன்சிலின் குழந்தை நல வாரியம்,

எண்.5, 3-வது மெயின் ரோடு,

மேற்கு ஷெனாய் நகர்,

சென்னை - 600 030.

**மதுரை மாவட்டத்தில் உள்ள ஊனமுற்றோருக்குப் பயன்படும்
பல்வேறு பள்ளிகளும், நிறுவனங்களும் :**

1. **ஓ.எம்.சி.ஏ. காமாக் செவிக்குறைபாடு உள்ளவர்களுக்கான
    பள்ளிக்கூடம்,**

எல்லீஸ் நகர்,

மதுரை - 625 010.

2. எம்.எஸ். செல்லமுத்து அறக்கட்டளை மற்றும் ஆராய்ச்சி
   நிறுவனம்,
   643, கே.கே.நகர்,
   மதுரை - 625 020.

3. இந்திய பார்வையிழந்தோர் சங்கம்,
   சௌந்தரராஜன்பட்டி,
   அரும்பனூர் அஞ்சல்,
   மதுரை - 625 104.

4. மூளை வளர்ச்சி குன்றியவர்களுக்கான செயின்ட் பால்
   சொசைட்டி,
   186, முனியாண்டி கோயில் அருகில்,
   உச்சப்பரப்பு மேடு,
   ஐயர் பங்களா,
   மதுரை - 625 014.

5. சாதனா அறக்கட்டளை,
   டாக்டர் மரிய மேட்டேஸ்ஸோரி,
   விசேஷ பள்ளி,
   ஐயர் பங்களா,
   மதுரை - 625 014.

6. ஹெலன் கெல்லர் சேவை நிறுவனம்,
   விழியகம், விஸ்வநாதபுரம்,
   மதுரை - 625 104.

7. ஷெஸ்ஹைர் ஹோம்,
   அஸ்டினாப்பட்டி அஞ்சல்,
   மதுரை - 625 008.

8. எப்பதா மிஷன்,
   6/13/2, யூனியன் பாங்க் காலனி,
   மூன்றாவது தெரு, விளாங்குடி,
   மதுரை - 625 018.

9. பெர்சன் விசேஷ பள்ளி,

(கற்றலில் குறைபாடு உள்ளவர்களுக்கானது)

2/19, கூடல் நகர், தாதநெறி,

மதுரை - 625 018.

தொலைபேசி : 452 - 2660770, 9894928666.

திருச்சி மாவட்டத்தில் ஊனமுற்றோருக்கு உதவும் பல்வேறு நிறுவனங்கள் :

1. ஸ்பாஸ்டிக் சொசைட்டி ஆஃப் திருச்சிராப்பள்ளி,

4 F, அருணா நகர், புத்தூர்,

திருச்சி - 620 014.

2. அறிவாலயம்,

(செவித்திறன் குன்றிய, மூளை வளர்ச்சிக் குறைபாடு உள்ள குழந்தைகளுக்கானது)

கைலாசபுரம்,

திருச்சிராப்பள்ளி - 620 014

3. ஹோலி கிராஸ் சர்வீஸ் சொசைட்டி,

(காதுகேளாதவர்களுக்கான பயிற்சி மையம்)

96-பி, எட்டுபெட்டை பங்களா,

புத்தூர், திருச்சி - 17.

4. திருச்சிராப்பள்ளி சமூக சேவை சொசைட்டி,

பிஷப் ஹவுஸ்,

தபால் பெட்டி எண்.12,

மேலப்புதூர்,

திருச்சி - 620 001.

5. இந்திய தொழுநோய் ஒழிப்பு மற்றும் புணரமைப்பு மிஷன் டிரஸ்ட்,

18, ஜீவா தெரு,

இந்திரா காலனி,

சமயபுரம் அஞ்சல்,

திருச்சி மாவட்டம்.

6. *சமூகப் பணி மற்றும் வளர்ச்சிக்கான வேலா நிறுவனம்,*
   வி.கே.எஸ்., பாண்டியன் நகர்,
   திருச்சி மெயின் ரோடு, வாலுத்திரட்டி,
   விழுப்புரம் - 605 602.

ஊனமுற்றோருக்காகப் பல்வேறு சிறப்புப் பள்ளிகளும் இயங்கி வருகின்றன. அரசாங்கப் பள்ளிகளும், தன்னார்வப் பள்ளிகளும் இதில் அடங்கும். இவ்வாறான பள்ளிகள் தமிழகம் முழுவதும் செயல்படுகின்றன.

திருநெல்வேலி மாவட்டத்தில் உள்ள ஊனமுற்றோருக்கான சில முக்கியமான பள்ளிகள் :

1. புனித அன்னாள் மனவளர்ச்சி குன்றியோர் பள்ளி, பாளையங்கோட்டை.

2. சி.எஸ்.ஐ. பார்வையற்றோர் பள்ளி,

   பாளையங்கோட்டை.

3. பிளாரன்ஸ் சுவேன்சஸ் செவித்திறன் குன்றியோர் பள்ளி, பாளையங்கோட்டை.

4. காந்தி கிராம சாந்தி செவித்திறன் குன்றியோர் பள்ளி, சிவசைலம்.

5. புனித அன்னாள் உடல் ஊனமுற்றோர் பள்ளி,

   ஆணையர் குளம்.

6. பிஷப் சார்ஜெண்ட் மனவளர்ச்சி குன்றியோர் பள்ளி, பாளையங்கோட்டை.

மேலும் சில பள்ளிகள்

1. *அமர் சேவா சங்கம்,*
   (ஊனமுற்றோர்களுக்கான இல்லம்),
   அஞ்சல் பெட்டி எண் : 001,
   சுலோச்சனா தோட்டம்,
   10-4-104 B, தென்காசி ரோடு,
   அஜைகுடி - 627 852.
   திருநெல்வேலி மாவட்டம்.

கோவையில் ஊனமுற்றோருக்கு உதவும் பல்வேறு அமைப்புகள்

செயிண்ட் அன்னீஸ் மறுசீரமைப்பு மையம்,
(மூளை வளர்ச்சி குன்றிய குழந்தைகளுக்கானது),
சிங்காநல்லூர் அஞ்சல்,
கோவை - 641 005.

வித்யா விகாஷினி வாய்ப்பு பள்ளிக்கூடம்,
66-டி, மேட்டுபாளையம் சாலை,
துடியலூர் அஞ்சல்,
கோவை - 641 034.

யூனைடெட் ஊனமுற்றோர் பள்ளி,
கோயம்புத்தூர்.
தொலைபேசி : 2667578 / 2667636
மொபைல் : 9842271313.

தர்மபுரி மாவட்டத்தில் ஊனமுற்றோருக்கு உதவும் பல்வேறு நிறுவனங்கள் :

சாமெரிட்டன் சங்கம்,
20 B, என்ஜீனியர் ஹவுஸ்,
நாட்டாமைபுரம்,
தர்மபுரி - 636 701.

ஈ.கே.ஆர். கல்வி சங்கம்,
சுப்பிரமணி நகர்,
ஊத்தனக்கரை மெயின் ரோடு,
தர்மபுரி மாவட்டம்.

ஐ.ஈ.எல்.சி., பார்வையற்றோருக்கான பள்ளி,
பருகூர் - 635 104,
தர்மபுரி மாவட்டம்.

ஈரோடு மாவட்டத்தில் ஊனமுற்றோருக்கு உதவும் அமைப்புகள்:

குடிநீர் மற்றும் கிராமப்புற வளர்ச்சி நிறுவனம்,
(மூளை வளர்ச்சி குறைபாடுள்ள குழந்தைகளுக்கானது),

கோவை பைபாஸ் ரோடு,
208, ஃபாத்திமா நகர்,
எல்லீஸ் நகர் (அஞ்சல்) - 638 657,
தாராபுரம்,
ஈரோடு மாவட்டம்.

மூளை வளர்ச்சி குன்றியவர்களுக்கான கொங்கு அறிவாலயம் பள்ளிக்கூடம்,
டைமண்ட் நகர்,
செங்கோடாம்பாளையம்,
திண்டால்,
ஈரோடு - 638 009.

பகவதி நல அறக்கட்டளை,
காட்டுப்பாளையம், மேட்டூர்,
மெடக்குறிச்சி அஞ்சல் - 638 104.
ஈரோடு தாலுகா.

தஞ்சாவூரில் ஊனமுற்றோருக்கும் உதவும் அமைப்புகள் :

இஸ்வார் (ISHWAR),
(INDIAN SOCIETY FOR THE HANDICAPPED WELFARE & REHABILITATION),
(*மூளை வளர்ச்சி குன்றிய குழந்தைகளுக்கானது*),
102, வடக்கு நாகேஸ்வரன் தெரு,
கும்பகோணம் - 612 001.
தஞ்சாவூர் மாவட்டம்.

DONOR'S REHABILITATION CENTRE,
3/19, முத்துப்பிள்ளை மண்டபம்,
சாக்காட்டாய் அஞ்சல்,
கும்பகோணம் - 612 401.
தஞ்சாவூர் மாவட்டம்.

இன்னும் சில...

1. லைஃப் எய்ட் சென்டர்,
   (செவிக் குறைபாடு உள்ளவர்களுக்கானது),
   16, காந்தி தெரு, மணவாள நகர்,
   திருவள்ளுவர் மாவட்டம்,

2. டையாசிஸ் ஆஃப் தஞ்சாவூர் சொசைட்டி,
   (செவிக் குறைபாடு / பேச்சுக் குறைபாடு உள்ள குழந்தை
   களுக்கானது)
   வேளாங்கன்னி - 611 111.
   நாகப்பட்டினம் மாவட்டம்.

3. செயின்ட் ஜான் சங்கம் டிரஸ்ட்,
   பெரம்பலூர் - 621 212,
   பெரம்பலூர் மாவட்டம்.

4. கிராமப்புற கல்வி மற்றும் வளர்ச்சி சொசைட்டி,
   தண்டி ரோடு,
   காளையார் கோயில் - 630 551,
   சிவகங்கை மாவட்டம்.

5. என்.எல்.சி.டி. அமைப்பு,
   (NLCT - NEW LIGHT CHARITABLE TRUST)
   155/4, ஏ, குருவன்குப்பம்,
   நெய்வேலி - 2.
   போன் : 041-42362688.

6. மூளை வளர்ச்சி குன்றியவர்களுக்கான பள்ளிக்கூடம்,
   (OPPORTUNITY SCHOOL FOR THE MENTALLY RETARDED),
   (மூளை வளர்ச்சி குன்றியவர்களுக்கான கல்வி, தொழிற்
   பயிற்சி),
   5 & 6, ரித்தார் டான் ரோடு,
   வேப்பேரி,
   சென்னை - 600 007.
   போன் : 044-5322085.

7. பாத்வே மூளை வளர்ச்சி குன்றியவர்களுக்கான மறுசீரமைப்பு கல்வி மையம்,

E-76/1, 12-வது மேற்கு தெரு,

காமராஜர் நகர்,

திருவான்மியூர், சென்னை - 600 041.

போன் : 044 - 4928949 / 4928366.

FAX : 91-44-4928949.
E MAIL : pathwayindia@vsnl.com
Web : www.pathwayindia.org

8. பீரீட் அமைப்பு,

(PREED - PEOPLE`S ORGANISATION FOR THE RURAL HEALTH EDUCATION & ECONOMIC DEVELOPMENT).

(ஊனமுற்றோர்களுக்கான கல்வி),

5/165, காந்தி நகர், கப்பலூர்,

மதுரை - 625 668.

போன் : 0452 - 883410,

ஃபேக்ஸ் : 91-452-882614.

9. ஸ்கைடிரஸ்ட்,

4, பட்டவட்டம்மன் கோயில் தெரு,

புதுப்பாளையம்,

கூடலூர் - 1.

போன் : 04142 - 215047.

E MAIL : desikla@yahoo.com

(மூளை வளர்ச்சி குன்றியவர்களுக்கான கவனிப்பு, கண்டறிதல், ஆலோசனை வழங்குதல், கல்வி முதலியவை).

10. எபிலிட்டி ஃபவுண்டேஷன்,

12, 4-வது மெயின் ரோடு,

காந்தி நகர், அடையார்,

சென்னை.

போன் : 044 - 24412966,

ஃபேக்ஸ் : 044 - 24412966.

E MAIL : abilityindia@vsnl.net

(ஊனமுற்றோருக்கான கல்வி, வேலை வாய்ப்பு, சட்டப் பூர்வ உதவிகள், நூல் வெளியீடுகள்)

11. எய்ட் இண்டியா,

9, அரிசி கடை தெரு,

சாத்தன்குளம்,

044-4639-466257/467519,

ஃபேக்ஸ் : 91 4639 466703.

E MAIL : tnaidindia@sancharnet.in

(ஊனமுற்றோருக்கான மருத்துவம், பயிற்சி, மற்றும் கல்வி)

12. கார்டி மகளிர் மையம்,

(CORDI WOMEN CENTRE)

7, அமீர்ஜான் தெரு,

சூளைமேடு,

அஞ்சல் பெட்டி : 5101.

சென்னை.

044 - 6269360 / 4833947

(மனநலம் பாதிக்கப்பட்டவர்களுக்கானது)

13. பார்வையிழந்தவர்களுக்கான அகில இந்திய சங்கம்,

சுந்தரராஜன்பட்டி, மதுரை.

போன் : 0432 - 587104,

14. இன்டர் சர்ச் சர்வீஸ் அசோசியேசன்,

புரோகிராம் சென்டர், (ICSA)

93, பாந்தியன் ரோடு,

எழும்பூர்,

சென்னை - 600 008.

போன் : 044 - 8269143, 8269244.

ஃபேக்ஸ் : 91-44-8259536.

E MAIL : livotic@md3.vsnl.net.in

(ஊனமுற்றோருவர்களுக்கான உபகரணங்கள் வழங்கு தல்)

15. **மித்ரா,**

(MITHRA - MADRAS INSTITUTE TO HABILITATE RETARDED AFFLICTED).

171, ஆர்.வி. நகர்,

அண்ணா நகர்,

சென்னை - 600 102.

போன் : 91 - 044 - 6443967 / 6475708.

E MAIL : mithra@mgl3vsnl.net.in

(ஊனமுற்றோர்களுக்கான கல்வி)

16. **முக்தி அமைப்பு,**

எம்.எஸ்., டாடா ஃபவுண்டேஷன்,

ஸ்டேஷன் ரோடு,

மீனம்பாக்கம்,

சென்னை - 27.

போன் : 044 - 2346973 / 2343124.

E MAIL : antriksh@md3.vsnl.net.in

(ஊனமுற்றோருக்கு செயற்கை கால்கள் மற்றும் உபகரணங்கள் வழங்குதல்)

17. NHADPWVL

(NEW HOPE AREA DEVELOPMENT PROGRAM, WORLD VISION OF INDIA.)

37, பொன்னன் தெரு,

புரசைவாக்கம்,

சென்னை - 600 007.

போன் : 044 - 6430026.

E MAIL : lydibug@yahoo.com

(ஊனமுற்றோர்களுக்கு, கல்வி, வேலைவாய்ப்பு மற்றும் உபகரணங்கள் வழங்குதல்)

காது கேட்கும் கருவிகள் விற்பனை நிலையங்கள்

செவி/கேள்விக் குறைபாடு உள்ளவர்கள், முதலில் காது-மூக்குத் தொண்டை மருத்துவரிடம் தங்களது உறுப்பைக் காண்பித்து பரிசோதனை செய்து கொள்ளவேண்டும். செவிக் குறைபாட்டின் அளவையும் / பாதிப்பையும் அறிந்து கொள்ள பல்வேறு கருவிகள் உள்ளன. இவற்றின் மூலம், நோயாளிக்கு, காதின் உட்பகுதிகள் பாதிப்பு அடைந்துள்ளனவா? அல்லது நரம்புப் பாதிப்பு ஏற்பட்டுள்ளதா? என்பதைக் கண்டுபிடிக்க முடியும்.

அதன் அடிப்படையில் அந்த நோயாளிக்கு தகுந்த 'காது கேட்கும் கருவி'யைப் பொருத்த முடியும். இதில் பல வகைகள் இருக்கின்றன. கண்களுக்கே தெரியாமல் மிகச்சிறிய 'பட்டன்' போன்ற கருவியைக்கூட இப்போது பொருத்த முடியும். இவ்வாறான கருவிகள் வாங்க பிரத்தியேகக் கடைகள் உள்ளன.

செ ன்னையில் காது கேட்கும் கருவி வாங்க கீழ்க்காணும் முகவரியை அணுகலாம்:

1. HAC லோகேஸ் டவர்,
   18, கோடம்பாக்கம் நெடுஞ்சாலை,
   போன் : 28276945 / 28273279.

2. 41, லேட்டிஸ் பிரிட்ஜ் சாலை,
   அடையார்,
   போன் : 42116050.

3. A.D. பிளாக்,
   9, 5-வது தெரு,
   அண்ணா நகர் தபால் நிலையம் அருகில்
   போன் : 26260304 / 42612627

காது கேளாதவர்களுக்குத் தேவைப்படும் ஹியரிங் எயிட் வாங்க, சென்னையில் இன்னும் சில முகவரிகள் :

4. மயிலை ஹியரிங் எயிட்ஸ்,
   95, கச்சேரி சாலை,
   மயிலாப்பூர்,
   சென்னை - 600 004.
   தொலைபேசி : 24643949.

5. ஜெகதீஷ் ஹியரிங் எயிட்ஸ்,
   எண்.3 (பழையது.5) கச்சேரி சாலை,
   ரோஸரி சர்ச் ரோடு அருகில்,
   மயிலாப்பூர், சென்னை - 600 004.
   தொலைபேசி : 24640968
   மொபைல்: 9444851663.

6. கங்கா காது கருவி மையம்,
   59, தானா தெரு,
   பாலாஜி ஓட்டல் எதிரில்,
   புரசைவாக்கம்,
   சென்னை - 600 007.

தொலைபேசி : 26426598
மொபைல் : 9381800298.

7. க்ராபிக் எலக்ட்ரானிக்ஸ்

நெ.5, முதல் மெயின் ரோடு,
தில்லை கங்கா நகர்,
நங்கநல்லூர்.
தொலைபேசி : 22310251
மொபைல் : 9444204535.

8. EAR AIDS,

7, வடக்கு உஸ்மான் சாலை,
தி.நகர்,
சென்னை - 600 017.
தொலைபேசி : 28340361 / 28343371
மொபைல் : 9444916447.

மேற்கூறிய முகவரிகளில் புதிய ஹியரிங் எய்ட்கள் விலைக்கு கிடைக்கும். அத்துடன் பழைய கருவிகளும் பழுதுபார்த்துத் தரப்படுகின்றன.

www.ingramcontent.com/pod-product-compliance
Lightning Source LLC
LaVergne TN
LVHW090024070726
842759LV00025B/260